D1763865

தீப் ஹல்தர்

கடந்த இருபது வருடங்களாக பத்திரிகையாளராக பணியாற்றி வருகிறார். மதம், சாதி, பாலினம் முதலியவற்றின் ஒருங்கிணைந்த தளத்தில் நிகழும் சமூக மாற்றங்களைக் குறித்து எழுதி வருகிறார். தற்சமயம் இந்தியா டுடே குழுமத்தின் நிர்வாக ஆசிரியராக இருக்கிறார்.

விலாசினி

சென்னையில் வசித்து வரும் விலாசினி ஒரு சுயாதீனப் பணியாளர். இவர் மொழிபெயர்ப்பில் நான்காவது புத்தகம் இது. மொழிபெயர்ப்பு மட்டுமின்றி, பிரக்ஞை என்ற பதிப்பகம் மூலம் பதினைந்து புத்தகங்களைப் பதிப்பித்தவர் என்ற வகையில் அந்த அனுபவம் தன் எழுத்துக்கும் மொழிபெயர்ப்பிற்கும் உதவக்கூடும் என்று நம்புபவர். திரைக்கதை மற்றும் வசனமும் எழுதி வருகிறார்.

குருதி நிலம்

மரிச்ஜாப்பி படுகொலையின் வாய்மொழி வரலாறு

தீப் ஹல்தர்

தமிழில்

விலாசினி

எதிர் வெளியீடு

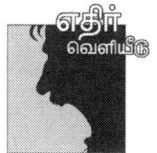

குருதி நிலம்
மரிச்ஜாப்பி படுகொலையின் வாய்மொழி வரலாறு
தீப் ஹல்தர்

தமிழில்: விலாசினி
முதல் பதிப்பு: ஜனவரி 2022

எதிர் வெளியீடு,
96, நியூ ஸ்கீம் ரோடு, பொள்ளாச்சி - 642 002
தொலைபேசி: 04259 226012, 99425 11302

விலை: ரூ. 200

Blood Island
An Oral History of the Marichjhapi Massacre
Deep Halder

Translated by Vilasini
First Edition: January 2022

Published by
Ethir Veliyeedu, 96, New Scheme Road, Pollachi- 642 002
email: ethirveliyedu@gmail.com
www. ethirveliyedu.in

ISBN: 978-93-90811-68-7
Cover Design: Vijayan
Printed at Jothy Enterprises, Chennai.

First published in Tamil by Ethir Veliyeedu
By arrangement with HarperCollins Publishers India Private Limited
© Deep Halder

All rights reserved. No part of this book may be reprinted or reproduced or utilised in any form or by any electronic, mechanical or other means, now known or hereafter invented, including Photocopying and recording, or in any information storage or retrieval system, without permission in writing from the Publisher.

மூலதனம் (Das Kapital) அல்லது சிகப்புப் புத்தகத்தைப் (Mao's Red Book) படித்து புரட்சி ஏற்படவில்லை, நிதர்சனத்தால் உந்தப்பட்ட மக்களால் தொடங்கியதே புரட்சி.

- மனோரஞ்சன் பியாபாரி

உள்ளடக்கம்

முன்னுரை | 09

மொழிபெயர்ப்பாளர் உரை | 17

அறிமுகம் | 21

1. ஜோதிர்மய் மண்டல் | 33

2. சஃபல் ஹல்தர் | 62

3. சுகோரஞ்சன் சென்குப்தா | 76

4. நிரஞ்சன் ஹல்தர் | 93

5. சாக்கியா சென் | 105

6. மனா கோல்தர் | 117

7. சந்தோஷ் சர்கார் | 132

8. கந்தி கங்குலி | 143

9. மனோரஞ்சன் பியாபாரி | 153

பின்னுரை | 159

குறிப்பு நூல் பட்டியல் | 168

முன்னுரை

சுந்தரவனத்தில் கனவு கண்டவர்களை அவர்கள் எப்படிக் கொன்றார்கள்

காலம் மறந்த ஒரு தீவைப் பற்றியது இந்தப் புத்தகம். என்னுடைய நெடுநாளைய நினைவுகளைப் பற்றியதும். புனைக் கதைகளாலும் கொடுங்கனவுகளாலும் ஆன நினைவுகள். இப்புத்தகம் மரிச்ஜாப்பியைப் பற்றியது.

எதிர்பாராத நேரங்களில் சில்லிடும் உண்மையாகவும், இனிய தாலாட்டாகவும் மரிச்ஜாப்பி என்னிடம் வருகிறது - இந்தியாவிலிருந்து ரோஹிங்கியாக்கள் வெளியேற்றப்படுவார்கள் என்று தொலைக்காட்சியில் செய்திகள் ஓடும்பொழுதோ அல்லது சிரியா குறித்த ஏதோ ஒரு புதிய செய்தியில் இதயத்தைப் பிளக்கும் ஆலன் குர்தியின் பழைய புகைப்படத்தை வெளியிடும்பொழுதோ அது நிகழக்கூடும். மரிச்ஜாப்பி கதையைக் கேட்டு ஏறத்தாழ நாற்பதாண்டுகள் கழிந்தபிறகும் இத்தகையக் குறிப்புகள், முடிவில்லாமல் செல்லும் தென்னையும் பனையும் நிறைந்த தோப்பிற்கும், குளங்களுக்கும், நெல் வயல்களுக்கும், உறங்குவதற்கான கதைகளாகக் கிசுகிசுப்பாகப் பகிர்ந்த இருண்ட ரகசியங்களின் நீங்காத நினைவிற்கும் என்னை பின்னோக்கி இழுத்துச் செல்கின்றன. அமைதியான ஒன்றில் மிக அழகாகக் குரூரம் ஒளிந்திருப்பதை அறிய ஆச்சரியமாக இருக்கிறது.

இதுபோன்ற தருணங்களில் நான் மீண்டும் பால்யத்திற்குத் திரும்புகிறேன், வார இறுதி நாட்களின் போக்கிடமாகத் திகழும் நான்கரை ஏக்கர் நிலத்தின் நடுவில் இரண்டடுக்கு வீட்டினுள் விளையாடும் சிறுவனாக மாறுகிறேன். பிரிவினைக்கு முன் இந்தியாவின் ஆங்கிலேயே ஆட்சியின் கீழ் துணை மாஜிஸ்திரேட்டாக இருந்த என் தாத்தா, பிரிவினைக்குப்

பின் இந்தியாவுடன் இருந்த பெங்காலின் மேற்குப் பகுதியில் குடியேறினார். புதிதாக உருவான மேற்கு வங்கத்தில் தான் மேற்கொண்ட பயணங்களில் தான் விட்டுவிட்டு வந்த தெற்கு 24 பர்கானா நிலத்தின் அழகைக் கண்டார். அந்த நிலம்தான் இப்பொழுது பங்களாதேஷ் என்று அறியப்படுகிறது.

கல்கத்தாவின் தெற்கு முனையிலிருந்து தல்டி ஒரு மணி நேர ரயில் பயணம். வாழ்த்து அட்டையில் இருப்பதுபோன்ற மிக அழகான இடத்தைவிட்டு வார இறுதி விடுமுறை முடிந்து பள்ளிக்கூடம் மீண்டும் திறக்கும் பொழுது என் பெற்றோருக்கு நகரத்திற்கு என்னை மீண்டும் வலுக்கட்டாயமாக அழைத்துச் செல்ல மனமிராது. மாதக் கணக்காக கடுமையாக உழைத்துக் கட்டியதன் பலனே இப்பொழுது தல்டியில் இருக்கும் வீடு. உப்பு மண்ணில் வண்டி வண்டியாகப் புதிய மண்ணைக் கொட்டி சாகுபடிக்கு உகந்த மண்ணாக ஆக்கப்பட்டது. மீன் வளர்ப்பு என் பாட்டியின் பொறுப்பு, ஆதலால் எங்கள் நிலத்தில் இருந்த மூன்று குட்டைகளிலும் ஒவ்வொரு பெங்காலியும் உணவில் சேர்க்க ஏங்கும் அனைத்துவகை மீன்களும் கிடைத்தன.

தல்டியிலிருந்து இருபத்தைந்து மைல் தொலைவில், என் தத்தாவின் கைத்தடியை எடுத்துகொண்டு கரும்புள்ளிகளற்ற வெண்மையான கன்றை துரத்திக்கொண்டு நெல் வயல்களில் நான் ஓடி விளையாடுவதை வழக்கமாக்கிக்கொண்டிருந்த காலகட்டத்தில்தான், ஆயிரக்கணக்கான ஆண்களும், பெண்களும், குழந்தைகளும் தங்களுக்கென்று இல்லாத நிலத்தில் குடியேற முயன்றபொழுது புதிதாக அமைந்த இடதுசாரி அரசு, அவர்கள் அவ்வாறு குடியேறிவிட்டால் சுற்றுச்சூழல் மாசுபடுமென்று அவர்களைத் துரத்தியடித்தது. அந்த இடம்தான் மரிச்ஜாப்பி. மனாவின் மூலம் அது ஒரு கதையாக என்னிடம் வந்தது.

என்னைக் கவனித்துக் கொள்ளவும் எனக்குக் கதைகள் கூறவும் ஒன்றுவிட்ட தூரத்து சகோதரியாக சொல்லாமல் கொள்ளாமல் வந்தவர்தான் மனா. அவர் பேச்சும் வழக்கமும் வித்தியாசமாக இருந்தன. அவரிடம் நெருங்க எனக்கு சில காலம் பிடித்தது, ஆனால் மனா கோல்தரிடமோ எனக்கான கதைகள் இருந்தன. மரிச்ஜாப்பியிலிருந்து வந்த கதைகள்.

பாலியல் வன்முறை என்றால் என்னவென்பதை அறியவோ, 'அகதி' என்ற வார்த்தையின் முழு அர்த்தத்தை விளங்கிக்கொள்ளவோ முடியாத வயது எனக்கு. மனாவைக் குறித்து என்னைச் சுற்றிப் பெரியவர்கள் இவ்வார்த்தைகளை அடிக்கடி பயன்படுத்தியபொழுதும் யாரும் என்னிடம் அகதி என்றால் யார் அல்லது என்ன என்று விளக்கவில்லை. யாருக்கு எங்கும் செல்ல போக்கிடம் இல்லையோ அவர்தான் அகதியாக இருக்க வேண்டும் என்று நானாக மனாவைப் பார்த்து அறிந்துகொண்டேன். தன் முதல் வீட்டில் நிறைய அகதிகள் இருந்ததாக மனா கூறினார்.

கிழக்கு வங்காளம் இஸ்லாமியர்களுக்கான தேசமானபிறகு அங்கிருந்து துரத்தப்பட்ட பெற்றோர்களுக்கு தண்டகாரண்யத்திலிருந்து வெகு தொலைவில் இருந்த மனா முகாமில் பிறந்தது அவரின் பெயர்க்காரணம். எத்தனையோ மைல்கள் பயணித்து எல்லையைக் கடந்து தங்களின் மொழி பேசும் மக்கள் அவர்களின் வீடுகளையும் இதயங்களையும் தங்களுக்காகத் திறந்துவைப்பார்கள் என்று நம்பி வெக்கையும் பிசிபிசுப்புமான வடக்கிற்கு அவர்கள் துரத்தியடிக்கப்பட்டனர். சொற்ப கூலிக்காக இரவும் பகலும் அரசு அதிகாரிக்களுக்காக அகதிகள் உழைத்துகொண்டிருந்த புறம்போக்கு நிலத்தலிருந்த இந்த முகாமில்தான் மனா பிறந்தாள். அவர்கள் போராட்டம் செய்தபொழுது அவர்கள் அம்மாக்களையும், மகள்களையும், சகோதரிகளையும், அத்தைகளையும் மோசமான ஆண்கள் கொண்டு சென்றனர். அதுதான் பாலியல் வன்முறை என்று மனா கூறினார்.

மனா எங்களுடன் தங்கவந்தபொழுது பதின் வயதில் இருந்தார். தன்னுடைய முதல் பன்னிரெண்டு ஆண்டுகளை தண்டகாரண்யத்திலும், ஓர் ஆண்டை மரிச்ஜாப்பியிலும் கழித்திருந்தாள். எனக்கு அது உச்சரிக்கக் கடினமாக இருந்ததால் அவர் கதைகளில் இடம்பெற்ற அந்த ஈர நிலத் தீவு எனக்கு களிமண் தீவாக ஆனது. அவருடைய கடைசி வீடு எப்பொழுதும் களிமண்ணால் மெழுகப்பட்டிருக்க, அவர்கள் ஒருபோதும் காலணி அணிந்ததில்லை என்றார்.

மரிச்ஜாப்பியில் அரசாங்க அதிகாரிகள் இல்லை. கதிரவன் கடலில் மூழ்கும்போது பெண்கள் நடனமாட ஆண்கள்

கானமிசைத்தார்கள். அத்தகைய கடினமான நாட்களிலும் நம்பிக்கையைத் தழுவியவாறு மலட்டு நிலத்தை தங்கள் வீடுகளாக மாற்றிக்கொள்ள உழைத்தனர்.

'ஆனா அதெல்லாம் முடிஞ்சது. எங்க குல தெய்வமான பான் பீபி எங்க கதறலுக்கு செவிசாய்க்கல,' தன் கண்ணீரைத் துடைத்தவாறே மனா கூறினார்.

அவர் தன் கதைகளைக் கூறியபொழுது அவர் கண்களில் இருந்த இருள் எங்களுக்கிடையேயான எப்பொழுதுமான பந்தத்தை உருவாக்கியது. மனா எட்டு மாதத்தில் சென்று விட்டார், ஆனால் எதிர்பாராத உரையாடல்களிலும், சந்திப்புகளிலும் தனக்குள் பொதிந்திருந்த பயங்கரம் மெதுவாக அவிழ்க்கப்பட மரிச்ஜாப்பி என்னிடம் மீண்டும் மீண்டும் வந்தது.

மிகச் சமீபமாக 2017-இல் என் சக ஊழியர் மகபதி பூர்ணிமா உடனான உரையாடலில் போபால் செய்தி அறையில் மரிச்ஜாப்பி என் நினைவில் மீண்டும் மேல் எழும்பியது. காலம் மறந்த விஷயங்களைத் தேடி அலைந்து அதில் தன்னை முழுமையாக ஒப்படைத்தார் பூர்ணிமா. நான் எடிட்டராக பணிபுரிந்த பத்திரிகைக்காக மத்திய பிரதேசத்தில் ஒவ்வொரு மூலையாக அலைந்து துயரம் மிகுந்த கதைகளை சேகரித்த ஒரு நட்சத்திர பத்திரிகையாளர் அவர்.

நான் அவரிடம் ஒருமுறை எதற்காக உயிரை பணயம் வைத்து யார் உதவியும் இல்லாமல் இப்படி வேலை செய்ய வேண்டும் என்று கேட்டதற்கு அவர் தன்னுடைய இந்த ஆர்வம் பங்களாதேஷிலிருந்து கல்கத்தாவிற்கும் கல்கத்தாவிலிருந்து தண்டகாரண்யத்திற்கும் தண்டகாரண்யத்தில் இருந்து சுந்தரவனத்திற்கும் மீண்டும் தண்டகாரண்யத்திற்கும் வீடும் வாழ்வும் தேடி அலைந்த தன் அம்மாவிடம் இருந்து வந்திருக்கலாம் என்று கூறினார்.

சுந்தரவனம்? சுந்தரவனத்தில் எங்கே என்று வினவினேன்.

'அங்க மரிச்ஜாப்பினு இடம் இருக்கு சார். பெங்காலி அகதிகள் ஒரு காலத்துல அங்க வாழ்ந்தாங்க.'

'உங்க அம்மா பெங்காலியா?' என்று மட்டுமே என்னால் கேட்க முடிந்தது. பூர்ணிமா ஆமென்று தலையசைத்தார்.

நான் பின்பு மனித உரிமைப் போராளியும் எனக்கு முன்பொரு காலத்தில் கதைகள் சொன்ன குடும்ப நண்பருமான ஜோதிர்மய் மண்டலை தொலைபேசியில் அழைத்தேன். அரசுகள் பொய்யுரைத்தபோதும் வீழ்ந்தபோதும் மரிச்ஜாப்பியில் கொடூரங்கள் நடந்த காலகட்டத்தில் அங்கிருந்த அகதிகளின் குடிசைத் தொழிலின் வளர்ச்சியையும், தப்பிப்பிழைத்தவர்கள் பலரும் வறுமையில் உழன்றதையும் தன் கண்களால் கண்டதால் மரிச்ஜாப்பியின் துயரத்தை முதற்கண் அறிந்தவர் அவர்.

'என்ன நடந்ததுனு திரும்ப சொல்லுங்க,' என்றேன். எல்லாவற்றையும் மீண்டும் கேட்கவேண்டும் என்ற அவசரம் எனக்கிருந்தது. சிறுவனாக இருந்தபோது பாதி புரிந்த கதைகளின் உடைந்த துண்டங்களை சேகரித்து வளர வளர மீண்டும் மீண்டும் சேர்த்து வைத்துப் புரிந்துகொள்ள முயன்றேன்.

மரிச்ஜாப்பி கதையை மீண்டும் மீண்டும் சொல்வது மண்டலை சோர்வடைய வைப்பதேயில்லை. 'அகதிகள் மறுவாழ்வுக்கு சுலபமான தீர்வு இருந்ததேயில்ல. பங்களாதேஷ்லருந்து அலை அலையா வெஸ்ட் பெங்காலுக்கு திரண்டு வந்த கூட்டத்த எப்படி கையாளுறது? பிரச்சனை என்னன்னா, இடதுசாரிக்கள் எதிர்க்கட்சியா இருந்தப்போ கட்சி தலைவர்கள் கூட்டம் கூட்டமா இங்க துரத்திவிடப்பட்டு தண்டகாரண்ய முகாம்கள்ல சிதறிக்கிடந்த பங்களாதேஷ் இந்து அகதிகள்கிட்ட அவங்க ஆட்சிக்கு வந்தா அகதிகள திரும்பவும் மேற்கு வங்கத்துக்கு வரவேற்போம்னு வாக்கு கொடுத்தாங்க. ஆனா ஆட்சிக்கு வந்ததும் அத மறந்துட்டாங்க.

'இவங்களோட மோசமான அரசியல்னால துரோகத்த சந்திச்ச, தண்டகாரண்ய முகாம்கள்ல அவல வாழ்க்கை வாழ்ந்திட்டிருந்த அகதிகள்ல சிலபேர் வெறுத்துப்போய் சுந்தரவனத்தில உள்ள மரிச்ஜாப்பிங்கற சிறிய தீவுக்கு வந்து குடியேறினாங்க. பதினெட்டு மாதங்கள் அவங்க அங்க உழைச்சு "சேற்றுத் தீவ" ஒரு வாழ்விடமா மாத்தினாங்க. அந்த பதினெட்டு மாதங்களும் அரசாங்கம் அவங்கள வெளியேற்ற பல முறை முயற்சி செய்துச்சு.

‘உங்க அப்பாவும், இன்னும் சில அறிஞர்களும், அறிவுஜீவிகளும், ஊடகவியலாளர்களும் அங்க போனப்போ சுந்தரவனத்தில் மிகச் சிறப்பா வளர்ச்சி அடைந்த தீவுகள்ல ஒன்னா மரிச்ஜாப்பியையும் பாத்தாங்க. அகதிகள் அரசாங்கத்துக்கிட்ட பண உதவி கேட்கல, யாரோட நிலத்துலையும் போய் உக்காரல. அவங்களுக்குத் தேவைப்பட்டதெல்லாம் வீணாயிருந்த கொஞ்சம் சதுப்பு நிலம்தான்.

‘ஆனா சுதந்திரத்திற்குப் பிந்தைய இந்தியாவுல நடந்த மிக மோசமான மனித உரிமை மீறல்கள்ல 1979 மே 14 முதல் 16 வரை மரிச்ஜாப்பியில நடந்த படுகொலைகள் முக்கியமானது. மேற்கு வங்க அரசு சுமார் 10,000 மக்களுக்கு மேல வலுக்கட்டாயமா தீவுல இருந்து வெளியேற்றியது. பாலியல் வன்முறை, கொலைகள், விஷம் வைக்கிறது - எல்லாம் நடந்தது. சடலங்கள் கடலோட ஆழத்துல புதைக்கப்பட்டன. சிலர் தப்பிச்சாலும் எண்ணற்றவர்கள் கொல்லப்பட்டதால அங்க நடந்தத சொல்ல ரொம்ப பயந்தாங்க. குறைஞ்சது 7,000 ஆண்களும் பெண்களும் குழந்தைகளும் கொல்லப்பட்டாங்க.

‘இந்தப் படுகொலையில இருந்து தப்பிச்சவங்க என்ன ஆனாங்க?’ என்று அவரிடம் கேட்டேன்.

‘அவங்கள்ல சிலர உங்களுக்கு ஏற்கெனவே தெரியும், இல்லையா?’ என்று அவர் பதிலளித்தார்.

‘மனா,’ என்று நான் முனுமுனுக்கவும், அவர், ‘அவங்க மட்டும் இல்ல,’ என்றார்.

ஆம், இதில் மனா கோல்தர் மட்டுமல்ல. மரிச்ஜாப்பியின் உடைந்த துண்டுகளை சேகரித்து மீண்டும் முழுமையாக்கப் பல ஆண்டுகளாக முயற்சிக்கிறேன். ஆராய்ச்சியாளர்கள் மரிச்ஜாப்பியை ஆக்ஸ்பிரிட்ஜ் விரிவுரைகள் வரை கொண்டு சென்றுள்ளனர். சமூகவியலாளர்கள், வரலாற்றாசிரியர்கள் மற்றும் தலித் ஆர்வலர்கள் என்ன நடந்தது, ஏன் நடந்தது என்று தங்கள் கருத்துக்களை வெளியிட்டுள்ளனர். அமிதவ் கோஷ் மரிச்ஜாப்பியை தனது தி ஹங்க்ரி டைட் (The Hungry Tide) என்ற புத்தகத்தில் புனைந்திருக்கிறார்.

படுகொலை குறித்த மிக விரிவான முக்கியமான ஆவணங்களில் ஒன்றான, '*Refugee Resettlement in Forest Reserves: West Bengal Policy Reversal and the Marichjhapi Massacre,*' -இல் ராஸ் மல்லிக், இடது முன்னணி அரசாங்கம் 1979இல் தான் செய்ததை ஏன் செய்தது என்ற கேள்விக்கு பதிலளிக்க முயற்சிக்கிறார். 'போஸ்னிய படுகொலைகளுக்கும் மரிச்ஜாப்பி படுகொலைகளுக்கும் பெரிய வித்தியாசமில்லை, ஆனால் குறைந்தபட்சம் ஐரோப்பாவில் அதற்குக் காரணமான அரசியல்வாதிகள் தண்டிக்கப்பட்டு, அவர்கள் தலைமறைவாகிவிட்டனர்... இருப்பினும், (மரிச்ஜாப்பி படுகொலையில்) சம்பந்தப்பட்ட யார் ஒருவர் மீதும் குற்றம் சுமத்தப்படவில்லை, அதற்கான எந்த விசாரணையும் மேற்கொள்ளப்படவில்லை,' என்று மல்லிக் எழுதுகிறார்.

'*Dwelling on Morichjhanpi: When Tigers Became "Citizens", Refugees "Tiger Food"*', என்ற தலைப்பில் 23 ஏப்ரல் 2005 அன்று எகனாமிக் அண்ட் பொலிடிகல் வீக்லி (EPW) பத்திரிகையில் வெளியிடப்பட்ட கட்டுரையில் அன்னு ஜலைஸ் இச்சம்பவத்தை தலித் கண்ணோட்டத்தில் எழுதியிருக்கிறார். 'சுற்றுச்சூழலுக்கு அரசாங்கம் வழங்கிய முன்னுரிமையும், மரிச்ஜாப்பியில் மக்களை வெளியேற்ற அது கைகொண்ட வன்முறையும் இந்த அரசு அம்மக்களை அகதிகள், ஏழைகள், அடித்தட்டுமக்கள் என்பதற்காக மட்டுமல்லாமல் வங்காளத்தின் பிற்படுத்தப்பட்ட சாதிகள் என்பதற்காகவும் வஞ்சித்ததாகவே தீவிவாசிகளால் பார்க்கப்படுகிறது,' என்று அதில் குறிப்பிடுகிறார்.

மரிச்ஜாப்பி தீவுவாசிகளில் இருந்த பெரும்பாலானவர்கள் தாழ்த்தப்பட்ட சாதியைச் சேர்ந்தவர்கள். பெரும்பாலும் உயர் சாதிக்களைக் கொண்ட இடது முன்னணி அரசாங்கம் வர்க்கமற்ற, சாதியற்ற சமுதாயத்தை நிலைநிறுத்துவதாகத் தன்னைக் காட்டிக்கொண்டாலும், மரிச்ஜாப்பி மக்களை ஜாதி அடிப்படையில் இழிவுபடுத்தியது என்று ஜலைஸ் எழுதுகிறார்.

மல்லிக் மற்றும் ஜலைஸ் போலல்லாமல் வாசகர்களுக்காக மரிச்ஜாப்பியை மீண்டும் உயிர்ப்பிக்க நான் என் பேனாவால் ஒருவார்த்தை எழுதவில்லை. 1978-1979 நிகழ்வுகளை மறுகட்டமைப்பு செய்வதற்காக எனது கல்விப்புல, ஊடக நண்பர்களுடன் குடிக்க உட்கார்ந்ததில்லை.

அதற்கு பதிலாக மரிச்ஜாப்பியின் வாய்வழி வரலாற்றை, அந்த இருண்ட நாட்களில் வாழ்ந்து எஞ்சியிருக்கும் ஒரு சிலரின் கதைகளை அவர்கள் வார்த்தைகளில் ஆவணப்படுத்துவதே நான் செய்ய நினைத்தது. இங்கே, மனா கோல்தரின் கதையையும் பத்திரிகையாளர் சுகோரஞ்சன் சென்குப்தாவின் அறிக்கைகளையும், ஓர் அகதித் தாயான போனிபாலாவின் துர்கனவையும், சக மனிதர்களைக் காப்பாற்ற ஆற்றில் நீந்தி காயப்பட்ட மனிதர் ஒருவரின் நினைவுகூரலையும், இரத்தம் தோய்ந்த அந்த 'சேற்றுத் தீவில்' தங்கள் கடந்த காலத்தை புதைக்க முடியாத மேலும் பல எண்ணற்றவர்களையும் பதிவுசெய்திருக்கிறேன்.

அவர்களின் இந்தக் கொடுங்கனவு என்னுடையதும். அவ்வாறே இது தொடங்கியது. அவ்வாறே முடிந்தது.

மொழிபெயர்ப்பாளர் உரை

கொல்கத்தா, கலை, இலக்கியம், பண்பாடு, அறிவுச் செயற்பாடு போன்றவற்றில் லண்டனுக்கு நிகராக போற்றப்பட்ட இந்தியாவின் முக்கிய நகரம். வங்காளம் என்றால் வேற்று மாநிலத்தவர்களுக்கு ரேயின் சினிமா, தாகூரின் கவிதை இவற்றோடு கம்யூனிசம் நீண்ட காலம் ஆட்சி செய்த வரலாறும் நினைவுக்கு வரக்கூடும். முற்போக்கு மாநிலங்களில் ஒன்றாகக் கருதப்படும் மேற்கு வங்கத்தில் ஒடுக்கப்பட்ட மக்களின் இரத்தம் நிலத்தைச் சிவக்கச் செய்ததை நாற்பதாண்டுகளுக்கும் மேலாக உலகத்திடமிருந்து மறைக்கப்பட்ட வரலாறும் உண்டு. இத்தகைய அநீதியை பத்திரிகையாளர் தீப் ஹல்தர் தன் புத்தகம் 'ப்ளட் ஐலண்ட்' மூலம் வாய்மொழி வரலாறாக இவ்வுலகத்திற்குக் கவனப்படுத்துகிறார்.

தலித்துகளுக்கு எதிரான வன்முறை என்றால் கீழ்வெண்மணி (தமிழ்நாடு), கரம்சேடு (ஆந்திரா), லக்ஷ்மன்பூர் பாத்தே (பீஹார்), கம்பலப்பள்ளி (கர்நாடகா) ஆகிய இடங்களில் நடந்த வன்கொடுமைகள் மட்டுமே இதுவரை பேசப்பட்டிருக்கின்றன. இதில் லக்ஷ்மன்பூர் பாத்தேயில் நடந்த வன்கொடுமையில் 58 தலித்துகள் வரை கொல்லப்பட்டார்கள். இன்றுவரை இதுவே எண்ணிக்கையில் அதிக அளவில் தலித்துகள் கொல்லப்பட்ட சம்பவமாகக் கருதப்படுகிறது. ஆனால், பின்தங்கிய பீஹார் மாநிலத்திற்கு அண்டை மாநிலமான முற்போக்குப் பேசும் மேற்கு வங்கத்தில் சி.பி.ஐ (எம்)-இன் அரச பயங்கரவாதத்தால் கொல்லப்பட்ட நாமசூத்திரர்களின் (பெங்காலி தலித்துகள்) எண்ணிக்கை இதைவிடப் பல மடங்கு அதிகமானது. ஹல்தரின் புத்தகத்தில் குறிப்பிட்டிருப்பதுபோல் இறப்பு எண்ணிக்கை ஆயிரக்கணக்கில் இருந்திருக்கக்கூடும். இத்தகைய ரத்த வரலாறு தலித் படுகொலைகளின் கீழ் கவனம்

பெறாதது அதிர்ச்சியளிக்கின்றது. எந்த நாட்டு அரசின் கட்டுப்பாட்டின் கீழும் இல்லாமல் சுயேச்சையாக இயங்கிவரும் விக்கிபீடியாவில்கூட இந்தியாவில் சாதிய வன்முறைகளைப் பட்டியலிட்டிருக்கும் பக்கத்தில் மரிச்ஜாப்பி படுகொலை இடம்பெறவில்லை.

உலக அரங்கில் ஓர் இனப்படுகொலை கவனம் பெறுவதும் தவிர்க்கப்படுவதும்கூட அரசியல் காரணங்களால் உந்தப்பட்டதுதான். உதாரணமாக, ஹோலோகாஸ்ட் இன்றுவரை பல ஆயிரம் விதங்களில் விவாதிக்கப்பட்டுக் கொண்டிருக்கிறது. ஆனால் இன்னும் சில இனப்படுகொலைகள் சர்வதேச அளவில் கவனம் பெற்றதில்லை. உதாரணமாக ஆசியாவில் நடந்த இனப்படுகொலைகளான, சைனாவின் நான்கிங்க், கிழக்கு டிமோர், ஈழம் - இவற்றைக் கூறலாம். சில இனப்படுகொலைகளுக்கு யாரும் பொறுப்பேற்றதுமில்லை, அதற்கு யாரையும் தண்டிக்கவும் முடிந்ததில்லை. இருந்தும், இந்த இனங்களின் கலை, அரசியல் மற்றும் சமூக செயற்பாட்டாளர்களால் தங்கள் இனவழிப்பின் குற்றங்களைக் காலத்தால் தாமதப்படுத்தப்பட்டாலும் சர்வதேச அரங்கில் ஓரளவிற்காவது கவனத்தைப் பெற்றுத் தர முடிந்திருக்கிறது. ஆனால் மரிச்ஜாப்பி படுகொலை அரசு அதிகாரத்தால் மிகச் சுலபமாக பல ஆண்டுகளாக கவனமாக மறைக்கப்பட்ட ஒன்று. இந்திய அளவில்கூட இப்படுகொலை வேண்டிய கவனம் பெறவில்லை என்பதற்குப் பின்னால் கம்யூனிச ஆட்சியில் இவ்வாறெல்லாம் நடந்திருக்க வாய்ப்பில்லை என்ற பொது நம்பிக்கையும் முக்கியக் காரணமாக இருந்திருக்கலாம்.

பாசிசமும் கம்யூனிசமும் எதிரெதிரான சித்தாந்தங்கள். ஐரோப்பிய பாசிசத்தைத் தோற்கடித்ததில் சோவியத் நாடுகளுக்குதான் பெரும்பங்குண்டு. பாசிசஸ்டுகள் தங்களது எதிரி என்று கருதுபவர்களை ஒரு நொடி யோசிக்காமல் அழிப்பதையே குறிக்கோளாகக் கொண்டு இயங்குபவர்கள். ஆனால் பாசிசத்தை எதிர்த்த கம்யூனிஸ்டுகளைப் புரிந்துகொள்வது இன்னும் கொஞ்சம் சிக்கலானது. அவர்கள் பாசிசக்காரர்களை மட்டுமல்ல சக கம்யூனிஸ்டுகளையும் கொன்ற வரலாறு உண்டு. ஏன் கம்யூனிஸ்டுகளே கம்யூனிஸ்டுகளைக் கொல்ல வேண்டும்? இந்தக் கேள்விதான்

ஏறத்தாழ நூறு வருடங்களாக மேற்கத்திய இடதுசாரி சிந்தனையாளர்களுக்கு விடைதெரியாத விவாதப்பொருளாக இன்னும் இருக்கிறது. ஆனால் மேற்கு வங்க கம்யூனிஸ்ட் ஆட்சியில் நடந்த மரிச்ஜாப்பி படுகொலைக்கு தெளிவாக ஒரு காரணத்தைக் கூற முடியும் - சாதி.

இந்தியாவின் சாதிய அடுக்குமுறை உலகிலேயே இன்றளவும் தொடரும் ஒரே சமுதாய ஏற்றத்தாழ்வு என்பதைத் தெரிந்துகொள்வது எவ்வாறு இந்த நவீன உலகில் தீண்டாமைப் போன்ற பல நூற்றாண்டு கொடுமைகள் இன்னும் தொடர்கின்றது என்பதைப் புரிந்துகொள்ள உதவும். ஆனால் மேற்கு வங்கத்தில் சி.பி.ஐ (எம்) ஆட்சியில் அக்கட்சித் தலைவர்கள் சாதி என்ற ஒன்று ஒரு முக்கியப் பிரச்சனை என்பதையே ஏற்றுக்கொண்டதில்லை. எல்லாத் துறைகளிலும் சி.பி.ஐ (எம்) -இன் ஆட்களே இருந்ததால் அவர்களே இயற்றி, அவர்களே மற்றவர்கள் மேல் நிர்பந்தித்த வரலாற்றை எதிர்க்க யாரும் இருந்ததில்லை. 2011இல் இவர்களின் ஆட்சி கவிழ்ந்த பிறகுதான் பல உண்மைகளும் குற்றங்களும் வெளிவரத் தொடங்கின. பந்தாலாவிலிருந்து சிங்கூர் - நந்திகிராம் வரை பல பாலியல் வன்முறை மற்றும் அரசியல் கொலைகளுக்கு சி.பி.ஐ. (எம்) அரசிற்குப் பங்கிருப்பதாக சமூக செயற்பாட்டாளர்கள் சுட்டிக்காட்டியிருக்கிறார்கள். மரிச்ஜாப்பி போன்ற படுகொலையையே மூடி மறைத்தவர்களுக்கு மற்ற குற்றங்கள் மிகச் சாதாரணமாக இருந்திருக்கக்கூடும். ஆனால் டி.எம். சியிடம் தோற்ற பிறகு இன்று அக்கட்சி செல்வாக்கை இழந்து தங்களது வாக்கு வங்கியையும் இழந்துகொண்டிருப்பதை வரலாற்றில் அவர்கள் இழைத்த குற்றங்களுக்குக் காலம் அளித்த தண்டனையாகக் கருதலாம்.

தீப் ஹல்தர் தான் பத்திரிகையாளராக ஆனதன் நோக்கமே மரிச்ஜாப்பியின் கதையை என்றாவது எழுதவேண்டும் என்ற உந்துதல்தான் என்கிறார். நாற்பது ஆண்டுகள் மறைக்கப்பட்ட இத்தனை பெரிய வன்முறைக்கான நியாயமாக பாதிக்கப்பட்டவர்களுடன் நேரடி தொடர்புடைய ஒரு சில பேர்களின் முயற்சியால் சில கட்டுரைகளாகவும் ஒரு கையில் விரல் விட்டு எண்ணக்கூடிய புத்தகங்களாகவுமே இந்த வரலாறு இன்று எஞ்சி நிற்கின்றது. ஒருவேளை இன்னும் சில

காலம் கழிந்திருந்தால் மரிச்ஜாப்பியில் நடந்ததைக் கூற ஒரு சாட்சிகூட எஞ்சியிருந்திருக்காது. இந்த வகையில் ஹல்தரின் இப்புத்தகம் மரிச்ஜாப்பி படுகொலையைப் பதிவு செய்யும் மிக முக்கிய ஆவணம்.

ஹல்தர், மரிச்ஜாப்பி படுகொலையின் வாய்மொழி வரலாற்றை இப்புத்தகத்தில் தான் மேற்கொண்ட நேர்காணல்களை அப்படியே பதிவுசெய்ததோடு 'வாய்மொழி வரலாறு' என்பது எந்த அளவிற்கு ஒடுக்கப்பட்ட மனிதர்களின் வரலாற்றை காலத்தில் நீட்டிக்கச் செய்வதில் முக்கியப் பங்காற்றுகிறது என்பதையும் கவனப்படுத்துகிறார். இதற்கான உந்துதலாக ஆப்பிரிக்க-அமெரிக்கர்களின் வரலாறு வாய்மொழி வரலாறாகக் காலத்தால் கடத்தப்பட்டு உயிர்ப்புடன் இருப்பதை முன்மாதிரியாகக் கொள்கிறார். ஆகவே, வாய்மொழி வரலாற்றின் முக்கியத்துவத்திற்கு இன்னும் அழுத்தம் தருவதற்காக புத்தகத்தின் உரையாடல்கள் அனைத்தையும் பேசு தமிழிலேயே மொழிபெயர்ப்பது முக்கியம் என்று கருதி அவ்வாறே செய்திருக்கிறேன்.

இந்தப் புத்தகத்தை முதன் முதலில் 2019-இல் வாசிக்கும் சந்தர்ப்பம் கிடைத்தது. புத்தகம் வாசித்து முடித்த பல நாட்களுக்குப் பிறகும் நீங்காமல் இருந்த மனவுளைச்சலால் இயல்பு வாழ்க்கை பாதிக்கப்பட இதிலிருந்து மீள வழி தெரியாமல் தவித்தேன். அதிலிருந்து விடுபடும் முயற்சியாகவே இந்த மொழிபெயர்ப்புப் பணியை எடுத்துக்கொண்டேன் என்று சொல்லலாம்.

இப்புத்தகத்தைத் தமிழுக்குக் கொண்டு வரும் எதிர் வெளியீட்டிற்கும், இதை எனக்கு வாசிக்கத் தந்த கார்த்திக்கிற்கும், இதிலிருக்கும் சில வங்காள வார்த்தைகளுக்குப் பொருள் தந்து உதவிய பிஷல்தேப் ஹல்தருக்கும் என் நன்றிகளைத் தெரிவித்துக்கொள்கிறேன். இன்றும் நீதி எதிர்பார்த்து நிற்கும் இம்மக்களுக்கு என்றாவது பதில் கிடைக்கும் என்ற முயற்சிக்கு நம் சிறு பங்களிப்பு சில விதைகளைத் தூவியிருக்கின்றது என்று நம்புகிறேன்.

20.12.2021

அறிமுகம்

யாருக்கும் தெரியாது, நினைவில்கூட யாருக்கும் தெரிய முடியாது, ஏனெனில் யாராலும் அறியப்படாத தருணங்கள் காலத்தில் இருக்கின்றன.

– அமிதவ் கோஷ், த ஷேடோ லைன்ஸ்

கொல்கத்தாவின் கிழக்கிலிருந்து சுமார் 75 கிலோமீட்டர் தொலைவில் அமைந்திருக்கும் சுந்தரவனக் காடுகளில் ஒரு தீவுதான் மரிச்ஜாப்பி. 1978-இன் நடுவில் ஏறத்தாழ ஒன்றரை லட்சம் இந்து அகதிகள், பெரும்பாலும் ஒடுக்கப்பட்ட சமூகத்தைச் சேர்ந்தவர்கள், மத்திய இந்தியாவின் அகதி முகாம்களிலிருந்து குடியேறுவதற்காக இங்கு வந்தனர். அவர்களில் சிலர் வந்த முகாமிற்கே மீண்டும் திருப்பியனுப்பப்பட்டனர், எஞ்சியவர்கள் காவற்படையை மீறி மரிச்ஜாப்பியை அடைந்தனர்.

ஒரு வருடத்திற்குள் செழிப்பற்று இருந்த நிலத்தில் சுறுசுறுப்பாக இயங்கும் ஒரு கிராமத்தை அவர்கள் கட்டியெழுப்பினார்கள். அவர்களின் தனிப்பட்ட சேமிப்பிலிருந்து திரட்டப்பட்ட பணத்திலிருந்தும், அவர்களின் நிலை கண்டு இரங்கிய எழுத்தாளர்கள், ஆர்வலர்கள் மற்றும் அறிவுஜீவிகளின் உதவியுடனும் வரிசை வரிசையாகக் குடிசைகள், மீன்பிடி கூட்டுறவு ஒன்று, பள்ளிக்கூடம் ஒன்று, உப்பளங்கள், சுகாதார மையம் ஒன்று, படகு உற்பத்தி நிலையம் ஒன்று, பீடி தயாரிப்புத் தொழிற்சாலை ஒன்று மற்றும் ஒரு பேக்கரி என்று உருவாகின. மேற்குவங்க அரசு இதில் எந்த உதவியும் செய்யவில்லை.

Satkhira
Basirhat
Haroa
Kolkata
Hasnabad
DISTANCE: ROUGHLY 100 KM
Rajpur
Sonarpur
Jibantala
Sandeshkhali
Shyamnagar
Canning
Magrahat-II
Basanti
Gosaba
Hamilton
Island
Marichjhapi
Raidighi
Sundarban
National Park

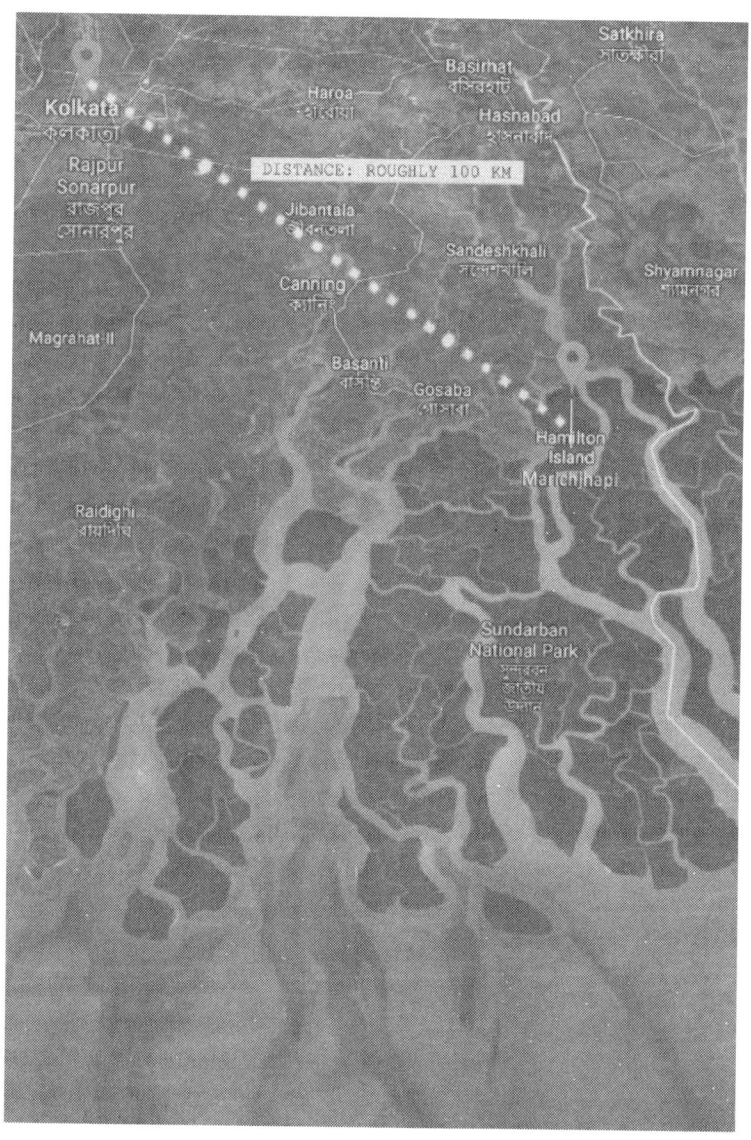

மே 1979க்குள், இடது முன்னணி அரசாங்கம் தீவிலிருந்த அத்தனை அகதிகளையும் வெளியேற்றியது. அவர்களில் பெரும்பாலோர் அவர்கள் வந்த முகாம்களுக்கே திருப்பி அனுப்பப்பட்டனர். நோய்கள், ஊட்டச்சத்து குறைபாடு மற்றும் அரசாங்கத்தின் உத்தரவின் பேரில் காவல்துறையால் கட்டவிழ்த்துவிடப்பட்ட வன்முறை போன்றவற்றின் விளைவாக அந்த காலகட்டத்தில் பலர் இறந்தனர். மரிச்ஜாப்பியில் தப்பிப் பிழைத்து இன்று எஞ்சியிருப்பவர்கள் அந்த மரண எண்ணிக்கை 10,000 வரை சென்றிருக்கக்கூடும் என்கின்றனர். பெங்காலி தலித்துகளின் தொழில்முனைவு மனப்பான்மைக்கு மரிச்ஜாப்பி ஒரு பிரகாசமான எடுத்துக்காட்டாக இருந்திருக்கக்கூடும். மாறாக, சுதந்திரத்திற்குப் பிந்தைய இந்தியாவில் 1984ஆம் ஆண்டு டெல்லியில் நடந்த சீக்கிய எதிர்ப்பு கலவரத்தையோ 2002ஆம் ஆண்டு குஜராத்தில் நடந்த முஸ்லிம் எதிர்ப்புக் கலவரத்தையோ விட இறப்பு மற்றும் பாலியல் வன்முறைகளின் எண்ணிக்கையின் அடிப்படையில் மிக மோசமான வன்முறையாக, மறக்கப்பட்ட வரலாறாக ஆகியது.

இத்தகைய வன்முறை ஏன் நடந்தது என்பதை இந்த புத்தகம் மரிச்ஜாப்பி படுகொலையில் பகுதியாக இருந்தவர்களின் குரல் வழி அறிய முற்படுகிறது. ஆனால் நாம் மரிச்ஜாப்பிக்கு வருவதற்கு முன், அதன் தொடக்கத்திற்குத் திரும்புவோம் - வங்காளப் பிரிவினை குறித்தும், கிழக்கு பாகிஸ்தானின் பல்வேறு மாவட்டங்களிலிருந்து வங்காளிகள் கல்கத்தாவுக்குச் செல்ல காரணமாக அமைந்தது குறித்தும், அங்கிருந்து அவர்கள் மத்திய இந்தியாவில் அகதி முகாம்களுக்கு துரத்தியடிக்கப்பட்டது குறித்தும் முதலில் பேசுவோம்.

பெங்கால், குறுக்கீடு

வங்காளம் இரண்டு முறை பிரிக்கப்பட்டது. 16 அக்டோபர், 1905இல், முஸ்லிம்கள் பெரும்பான்மையாக இருந்த கிழக்குப் பகுதி பெரும்பாலும் இந்து பகுதிகளாக இருந்த மேற்கிலிருந்து பிரிக்கப்பட்டது. காலனித்துவ இந்தியாவின் அப்போதைய அரசப் பிரதிநிதியாக இருந்த கர்சன், நிர்வாகத் திறனை மேம்படுத்தவே பெங்கால் பிரிக்கப்பட்டதாகக் கூறினாலும்,

மக்களை மத அடிப்படையில் பிரித்தாலும் காலனியரிகளின் கொள்கையே இதற்கான அடிப்படை.

இந்துக்கள் (பெரும்பாலும் வணிகம் மற்றும் நிலவுடைமையைச் சேர்ந்த வர்க்கத்தினர்), பீகார் மற்றும் ஒரிசாவை உள்ளடக்கிய ஒரு மாகாணத்தில் இப்பிரிவினை அவர்களை 'சிறுபான்மையினராக' ஆக்கும் என்று எதிர்ப்பு தெரிவித்த போது, முஸ்லிம்களோ மேற்கு வங்கத்தில் இத்தகைய இந்து தொழிலதிபர்கள் மற்றும் நிலச்சுவான்தாரர்களால் சுரண்டப்பட்டு கீழானவர்களாகக் கருதப்பட்டதால் இப்பிரிவினைக்கு ஆதரவு தெரிவித்தனர். மேலும், பெரும்பாலான ஆலைகள் மற்றும் தொழிற்சாலைகள் கல்கத்தாவிலும் அதைச் சுற்றிலும் நிறுவப்பட்டாலும், அவற்றிற்கான மூலப்பொருட்கள் பெரும்பாலும் முஸ்லிம் தொழிலாளர்கள் வேலைசெய்யும் கிழக்கு வங்காளத்தின் நிலங்களிலிருந்து பெறப்பட்டன.

1906ஆம் ஆண்டில், இந்திய முஸ்லிம்களுக்கான அரசியல் குரலாக டாக்காவில் முஸ்லிம் லீக் உருவாக்கப்பட்டது. இந்திய தேசிய காங்கிரஸ் சுதேசி இயக்கம் தொடங்கப்பட்டு ஆங்கிலேய தயாரிப்புகளையும் நிறுவனங்களையும் பெரிய அளவில் அது புறக்கணிக்கத் தொடங்க, இப்பிரிவினை கடுமையான அரசியல் நெருக்கடியை ஏற்படுத்தியது. இத்தகைய அரசியல் எதிர்ப்புகள் காரணமாக, வங்கத்தின் இரு பகுதிகளும் 12 டிசம்பர் 1911இல் மீண்டும் ஒன்றிணைக்கப்பட்டன.

பின்னர் மற்றொரு பிரிவினை, மத அடிப்படையில் அல்லாமல் மொழி அடிப்படையில் நிகழ்ந்தது. இந்தி, ஒடியா மற்றும் அஸ்ஸாமி பகுதிகள் பிரிக்கப்பட்டு, பீகார் மற்றும் ஒரிசா மேற்கிலும், அசாம் கிழக்கிலும் வெவ்வேறு மாகாணங்களாக உருவாக்கப்பட்டன. ஆங்கிலேய இந்தியாவின் நிர்வாகத் தலைநகரம் கல்கத்தாவிலிருந்து புது டெல்லிக்கு மாற்றப்பட்டது..

முதல் பிரிவினையின் வடுக்கள் முழுமையாகக் குணமடையாத நிலையில் 1947ஆம் ஆண்டின் இரண்டாவது பிரிவினையின் போது அக்காயங்கள் மீண்டும் வன்முறையாகக் கிளறப்பட்டு சீழ்படிந்த காயங்களை உருவாக்கியது.

ஆகஸ்ட் 1947இல், கிட்டத்தட்ட 300 ஆண்டுகளுக்குப் பிறகு இந்தியாவை விட்டு ஆங்கிலேயர் வெளியேறியபோது,

இத்துணைக் கண்டம் மீண்டும் மதத்தின் அடிப்படையில் இரண்டு சுதந்திர நாடுகளாகப் பிரிக்கப்பட்டது: இந்து பெரும்பான்மையான இந்தியா மற்றும் முஸ்லிம் பெரும்பான்மையான பாகிஸ்தான். லட்சக்கணக்கான முஸ்லிம்கள் மேற்கு மற்றும் கிழக்கு பாகிஸ்தானுக்கு (இப்போதைய பங்களாதேஷ்) வெளியேற (அல்லது வெளியேற நிர்பந்திக்கப்பட) லட்சக்கணக்கான இந்துக்களும் சீக்கியர்களும் எதிர் திசையில் பயணிக்க, மனித வரலாற்றில் அதுவரை காணாத மிகப்பெரிய புலம்பெயர்வு ஒன்று நிகழத்தொடங்கியது.

மேற்கு வங்கத்தில் வந்த முதல் அலை இடப்பெயர்வில் உயர் சாதி இந்துக்களே இருந்தனர், தலித்துகள் அல்ல. வாழ்வாதாரத்திற்காக தங்கள் தாயக மண்ணுடன் உறுதியாக இணைந்திருந்த தலித்துகள், உயர் சாதி இந்துக்களைப் போல அவ்வளவு விரைவில் தங்கள் வீடுகளை விட்டு வெளியேறவில்லை. அவர்கள் மெதுவாகத்தான் குடிபெயர்ந்தனர்.

மற்றொரு முக்கியமான அனுமானம் என்னவென்றால், முஸ்லிம்களுக்கும் கீழ்சாதி இந்துக்களுக்கும் அத்தனை விரோதம் இருக்கவில்லை. ஆளும் உயர் வர்க்க இந்துக்களின் கீழ் ஒரே மாதிரியான பொருளாதாரச் சுரண்டலை அவர்கள் எதிர்கொண்டது ஒரு காரணமாக இருந்தது. அவர்கள் தொழில்முறை ஒற்றுமை கொண்டிருந்ததோடல்லாமல், ஒரே வாழ்க்கை முறை, மொழி மற்றும் கலாச்சாரக் கட்டுமானத்தையும் பகிர்ந்தனர். உயர்சாதி இந்துக்களுக்கு, முஸ்லிம்கள் மற்றும் கீழ்ஜாதி இந்துக்கள் இருவரும் சமமாகத் தீண்டத்தகாதவர்கள்தான்.

***

இஷிதா டே எழுதிய 'On the Margins of Citizenship: Cooper's Camp in Nadia' என்ற கட்டுரையில் கிழக்கில் (கிழக்கு பாகிஸ்தானில் இருந்து மேற்கு வங்காளம் வரை) அகதிகளின் வருகை 1947, 1948, 1950, 1960, 1962, 1964, 1970 வரை குறிப்பிடத்தகுந்த ஆண்டுகளாகவும், மேற்கு பிராந்தியத்தில் (மேற்கு பாகிஸ்தானிலிருந்து வட இந்தியா வரை), 1949க்குள் புலம்பெயர்வு முடிந்துவிட்டது என்றும் குறிப்பிடப்பட்டிருக்கிறது. அவர் கூறுவதாவது:

> *மேற்கு வங்க அரசின் அதிகாரப்பூர்வ மதிப்பீடுகளின்படி, 1953இல் 25 லட்சம் பேர் கட்டாயமாக இடம்பெயர்க்கப் பட்டனர். 1953-61இல் பெரிய அளவில் இடப்பெயர்வு இல்லை, ஆனால் இந்த எண்ணிக்கை ஏப்ரல் 1958 வரை 31-32 லட்சமாக உயர்ந்தது, பின்னர் 1962இல் பப்னா மற்றும் ராஜ்சாஹியில் சிறுபான்மையினர் கொல்லப்பட்ட பிறகு சுமார் 55,000 பேர் இடம்பெயர்ந்தனர். 1964 மற்றும் 1971க்கு இடையில் சுமார் 6 லட்சம் மக்கள் எல்லையைக் கடந்தனர், வங்காளதேசம் உருவானதற்குப் பிறகு ஏற்பட்ட இடையூறுகளைத் தொடர்ந்து சுமார் 75 லட்சம் பேர் வெளியேறினர். 1948இலிருந்து 1971 வரை கிழக்கு வங்காளத்திலிருந்து 52.31 லட்சம் பேர் இந்தியாவுக்கு குடிபெயர்ந்ததாக 1976இல் மக்களவை விவாதத்தில் விநியோகம் மற்றும் மறுவாழ்வு (Supply and Rehabilitation) அமைச்சர் ஶ்ரீ ராம்நிவாஸ் மிர்தா அறிவித்தார்.*

இத்தகைய பெரும் எண்ணிக்கையிலான மக்களின் வருகை மேற்கு வங்க அரசின் நிர்வாக இயந்திரத்தைப் புரட்டிப் போட்டது.

மேற்கு வங்கத்தின் அப்போதைய முதல்வராக இருந்த டாக்டர் பிதான் சந்திர ராய், 28 செப்டம்பர் 1950 அன்று சட்டசபையில் ஓர் அறிக்கையில், அகதிகளுக்கு தங்குமிடம் வழங்குவது மட்டும் போதாது என்று கூறினார். அவரது அரசாங்கம் இடப்பற்றாக்குறை, வளங்களின் பற்றாக்குறை, மற்றும் அகதிகள் புதிய வாழ்வாதாரச் சூழலுக்கு தங்களை மாற்றிக்கொள்ள இயலாமை குறித்து மீண்டும் மீண்டும் வலியுறுத்தியது.

14 அக்டோபர் 1952 அன்று, கடவுச்சீட்டிற்கான அமைப்பு அறிமுகப்படுத்தப்பட்டபோது அதன் அறிவிப்பு வெள்ளமாக அகதிகளின் பெயர்வை உயர்த்தியது.

அதிகாரப்பூர்வ கணக்கின்படி, மேற்கு வங்கத்தில் 3,16,000-ஆக இருந்த எண்ணிக்கை அடுத்த மூன்று ஆண்டுகளில் அசாம் மற்றும் திரிபுரா உட்பட 5,87,000-ஆக உயர்ந்தது. அகதிகளின் இந்தக் குழுவும் தொண்ணூற்றொன்பது சதவீதம்

நாமசூத்திரர்கள் மற்றும் தாழ்த்தப்பட்ட இந்துக்களைக் கொண்டிருந்தது.

31 மார்ச் 1958 மற்றும் டிசம்பர் 1963க்கு இடையில் இந்தியாவுக்கு வந்த அகதிகள் அரசாங்கத்திடம் இருந்து எந்த உதவியும் வேண்டுவதில்லை என்று உறுதிமொழி கொடுக்க வேண்டியிருந்தது. கூடுதலாக, ஒரு குடிமகன் குடிபெயர்வதற்கு முன்பு அவர்களின் பராமரிப்பை மேற்கொள்ள உறுதிமொழி அளித்தால் மட்டுமே அவர்களுக்கு இடப்பெயர்வு சான்றிதழ் வழங்கப்படும். இருப்பினும், இத்தகைய கட்டுப்பாடுகள் இடப்பெயர்வை முழுமையாகக் கட்டுப்படுத்த முடியவில்லை.

இந்தியப் பகுதிக்குள் சட்டவிரோதமாக நுழைந்தவர்களைப் பொறுத்தவரை, மொத்த ஊடுருவல்களின் குத்துமதிப்பான எண்ணிக்கை சுமார் 3 லட்சம் வரை இருந்தது என்று அதிகாரபூர்வமற்ற ஆதாரங்கள் தெரிவித்தன.

காஷ்மீரில் உள்ள ஸ்ரீநகரின் மசூதியில் இருந்து ஹஸ்ரத் பாலை இழந்ததால் ஏற்பட்ட குழப்பத்தைத் தொடர்ந்து, டிசம்பர் 1963 மற்றும் பிப்ரவரி 1964க்கு இடையில் மற்றொரு கடுமையான அகதி வருகை காணப்பட்டது. குல்னா, டாக்கா, ஜெஸ்ஸோர், ஃபரித்பூர், மைமென்சிங், நோகாலி மற்றும் சட்டோகிராமில் நடந்த கண்மூடித்தனமான கொலைகள், பாலியல் வன்முறைகள், மற்றும் கொள்ளைகள் காரணமாக கிழக்கு பாகிஸ்தானில் இருந்து 2 லட்சத்துக்கும் அதிகமான அகதிகள் துரத்தப்பட்டார்கள். இதில் 1 லட்சம் மேற்கு வங்காளம், 75 ஆயிரம் அசாம் மற்றும் 25 ஆயிரம் திரிபுராவுக்கு என்று பிரிந்து சென்றனர் (ஜுகந்தர் செய்தி, 7 ஏப்ரல் 1964).

இந்தப் பயணம் எவ்வளவு உணர்வுபூர்வமாகவும் வேதனையாகவும் இருந்தனவென்று இந்தப் புத்தகத்தின் அத்தியாயம் 1இல் மனித உரிமை ஆர்வலர் ஜோதிர்மய் மண்டல் கிழக்கு பாகிஸ்தானில் இருந்து இந்தியாவிற்கு குடிபெயர்ந்ததன் வழி ஏக்கத்துடன் மீண்டும் நினைவுகூர்கிறார்.

தண்டகாரண்யத்தை அடைதல்

பெரும்பாலும் நாமசூத்திரர்களைக் கொண்ட அகதிகளின் புதிய அலை மேற்கு வங்கத்தில் இருந்த தற்காலிக முகாம்களிலிருந்து இன்று தனிப்பட்ட மாநிலங்களாக இருக்கும் ஒடிசா, சத்தீஸ்கர், மத்திய பிரதேசம் மற்றும் மகாராஷ்டிரா பகுதிகளை உள்ளடக்கிய தண்டகாரண்யத்தின் முகாம்களுக்கு அனுப்பப்பட்டது.

மத்திய அரசால் அமைக்கப்பட்ட தண்டகாரண்யா மேம்பாட்டு ஆணையம் (டிடிஏ) பெரும்பாலும் வறண்டிருந்த அப்பகுதியை மேம்படுத்த சாலை கட்டுமானப் பணிகளிலும் விவசாய நிலங்களிலும் அகதிகளை வேலைக்கு அமர்த்திப் பயன்படுத்திக்கொண்டது.

இந்து காவியமான ராமாயணத்தில் இராமன், லட்சுமணன் மற்றும் சீதை ஆகியோர் பதினான்கு வருடங்கள் நாடுகடத்தப்பட்ட இடமாக இப்பகுதி குறிப்பிடப்பட்டுள்ளது. இது எங்கோ இங்கேதான் அரசன் ராவணனின் சகோதரியான சூர்ப்பனகை ராமனின் சகோதரர் லட்சுமணனை சந்தித்து காதலில் விழுந்ததாக இக்காவியம் நமக்கு சொல்கிறது. அவன் அவளைப் பரிகசித்து அவளது மூக்கை அறுத்தபோது தொடங்கிய நீண்ட போர் ராமன் இராவணனைக் கொன்றதுடன் முடிவுக்கு வந்தது.

இங்கு அனுப்பப்பட்ட லட்சக்கணக்கான வங்காள அகதிகள் கோடை மற்றும் உறைபனி குளிர்காலத்திலும் விளையாத நிலத்திலும் வேற்று மொழி பேசிய ஆதிவாசிகளுடன் யாருடைய ஆதரவுமற்று போராடினர்.

சிலர் காலப்போக்கில் நிலைமைகளுக்கு ஏற்ப இந்த பிராந்தியத்தைத் தங்கள் வீடுகளாக மாற்றிக்கொண்டனர்; ராய்ப்பூரில் உள்ள மனா முகாமுக்கு அனுப்பப்பட்டு ஒருபோதும் வெளியேறாத அறுபத்திநான்கு வயதான கலாசந்த் தாஸைப் போல. மரிச்ஜாப்பிக்குப் போனது ஒரு பிழை என்றே அவர் இன்றும் கருதுகிறார் (அத்தியாயம் 6).

மற்றவர்கள் அவர்களுடைய அதே மொழியையும் கலாச்சாரத்தையும் பகிர்ந்து கொண்ட சக வங்காளிகள் இருந்த

மேற்கு வங்காளத்திற்குத் திரும்ப விரும்பினர். சிலர் முகாம் அதிகாரிகள் மற்றும் ஆதிவாசிகளின் வெறுப்பையும், முகாமில் மோசமான வாழ்வாதார நிலைமைகளையும் விவரிக்கின்றனர் (அத்தியாயம் 6).

இடதுசாரிகளின் துரோகம்

அகதிகள் தண்டகாரண்யத்தில் உள்ள பல்வேறு முகாம்களுக்கு அனுப்பப்பட்டபோது, மேற்கு வங்கத்தில் அப்போது எதிர்க்கட்சியாக இருந்த இடதுசாரி கட்சிகள் வங்காளத்திற்குள்ளேயே அவர்கள் இருத்திவைக்கப்பட வேண்டும் என்று கோரின. மரிச்ஜாப்பியில் இருந்து தப்பிப்பிழைத்தவர்களுடனான எனது நேர்காணலின் போது, இருபத்தி மூன்று ஆண்டுகள் (1977-2000) தொடர்ந்து முதல்வராக இருந்த ஜோதி பாசு-மேற்குவங்க அரசிடம் இதே கோரிக்கையை தன் உரைகளில் வைத்ததாக பலர் என்னிடம் கூறினார்கள். பல இடதுசாரி தலைவர்கள், குறிப்பாக ராம் சாட்டர்ஜி, தண்டகாரண்யத்தில் உள்ள அகதிகளைப் பார்க்கச் சென்றபோது இடதுசாரி ஆட்சிக்கு வந்தால் அவர்கள் மீண்டும் வங்காளத்திற்கு வரவழைக்கப்படுவார்கள் என்று உறுதியளித்தனர் (அத்தியாயம் 8). அகதிகள், இயல்பாகவே இடதுசாரிகளே தங்கள் கூட்டாளிகள் என்று நம்பினார்கள்.

ஜூன் 1977இல் இடது முன்னணி ஆட்சிக்கு வந்தது. ஆனால் மேற்கு வங்கத்தில் அகதிகளுக்கு மறுவாழ்வு அளிப்பதாக முன்னர் அளித்த வாக்குறுதிகளைப் பின்பற்றுவதில் அரசு தரப்பிலிருந்து யாரும் ஆர்வம் காட்டவில்லை.

அவநம்பிக்கையடைந்த பல அகதிகள் சிலகால காத்திருப்பிற்குப் பிறகு அப்போதைய இடது முன்னணி அரசாங்கத்தின் நிவாரண மற்றும் மறுவாழ்வு அமைச்சராக இருந்த ராதிகா பானர்ஜிக்கு 12 ஜூலை 1977 அன்று ஒரு கோரிக்கை மனுவை அனுப்பினர். அரசாங்கம் அவர்களை தண்டகாரண்யத்திலிருந்து திரும்பி வரவழைக்க எதுவும் செய்யவில்லை என்றால் அவர்களே சொந்தமாக திரும்ப வேண்டிய கட்டாயம் ஏற்படும் என்று அதில் கூறியிருந்தார்கள்.

மரிச்ஜாப்பி படுகொலைகள்

விரக்தியில், மார்ச் 1978இல், தண்டகாரண்யத்தின் பல்வேறு பகுதிகளில் இருந்து 1.5 லட்சத்துக்கும் அதிகமான அகதிகள் வங்காளத்தின் ஹஸ்னாபாத் ரயில் நிலையத்திற்கு புறப்பட்டனர். அவர்கள் வங்காளத்தை அடைந்தவுடன் போலீசார் அவர்களை ரயில்களில் இருந்து வலுக்கட்டாயமாகக் கீழே இறக்கி மீண்டும் அவர்களை தண்டகாரண்யா அனுப்புவதற்கான ஏற்பாடுகளை செய்தனர். அம்முயற்சி முழுமையாக வெற்றிபெறவில்லை.

போலீசின் எதிர்ப்பைப் புறக்கணித்து ஆயிரக்கணக்கான ஆண்கள், பெண்கள், மற்றும் குழந்தைகள் 18 ஏப்ரல் 1978 அன்று மரிச்ஜாப்பி தீவை அடைந்தனர். சில மாதங்களில் இன்னும் பலர் அவர்களுடன் சேர்ந்தனர்.

அப்படியென்றால் இதுவரை மக்கள் வசிக்காத சுந்தரவனக் காடுகளின் உள்ளே நெடுந்தொலைவில் இருந்த தீவை அவர்கள் எப்படி அறிந்து கொண்டனர்? அகதிகள் தண்டகாரண்யத்தில் இருந்த போதே அப்போது வங்காளத்தில் எதிர்க்கட்சியாக இருந்த இடதுசாரி தலைவர்கள் அவர்களுக்கு தீவைக் காட்டியதாக சிலர் கூறுகின்றனர்.

இன்னும் சிலர் அகதித் தலைவர்களே தங்களுக்கான இடத்தை சுந்தரவனக் காடுகளில் தேடி அலைந்தபோது தீவைக் கண்டுபிடித்தனர் என்று வலியுறுத்துகின்றனர். சுந்தரவனத்தின் ஒரு பகுதி வங்காளதேசத்தில் இருந்ததால் அகதிகள் அந்த இடத்திற்கு இயல்பாகவே ஈர்க்கப்பட்டிருக்கலாம் (அத்தியாயம் 6).

கங்கைநதிப் படுகையில் அமைந்துள்ள சுந்தரவனம், இந்தியா மற்றும் வங்கதேசத்தை சுற்றி உலகின் மிகப்பெரிய சதுப்புநில காடுகளாக இருக்கிறது. உண்மையில், இது யுனெஸ்கோவால் அறிவிக்கப்பட்ட உலக உயிர்க்கோளக் காப்பகம். பிரம்மபுத்ரா, கங்கை, மேக்னா, மற்றும் பத்மா ஆகிய நான்கு பெரும் நதிகளின் சங்கமத்தால் இப்படுகை உருவாகிறது என்பதே தனித்துவமான இச்சூழல் அமைப்பை இன்னும் சிறப்பாக்குகிறது.

அரசாங்கத்தின் எந்த உதவியும் இல்லாமல், எதுவுமற்ற சுந்தரவன நிலத்தை அகதிகள் வளரும் சூழல் மண்டல

கிராமமாக மாற்றினார்கள் (அத்தியாயம் 6). ஆனால், மே 1979க்குள் தீவிலிருந்து போலீசாரால் அவர்கள் வெளியேற்றப்பட 6,000 குடிசைகளுக்குத் தீ வைக்கப்பட்டிருக்கலாம் என்று கூறப்படுகிறது. இப்படுகொலையில் எத்தனை பேர் உயிர் பிழைத்தார்கள் என்பது யாருக்கும் தெரியாது. இடையில், குறிப்பாக ஜனவரி 1979 -இன் பிற்பகுதியில் பொருளாதார முடக்கத்தின் போது, இடது முன்னணி அரசாங்கத்தின் அறிவுறுத்தலின் பேரில் காவல்துறையினர் தீவுவாசிகளை மீண்டும் மீண்டும் தாக்கியதாக அகதிகள் குற்றம் சாட்டினர்.

நான் கந்தி கங்குலியிடம் (அத்தியாயம் 8) பேசியபோதும், மரிச்ஜாப்பியிலிருந்து மக்களை வெளியேற்றும் பணியின் மேற்பார்வையாளராக இருந்த சுந்தரவன காவல்துறை கண்காணிப்பாளர் அமியா குமார் சமந்தாவின் பதிவை ஸ்டேட்ஸ்மேன்-இல் (Statesman) வாசித்தபோதும், 'பத்துக்கும் குறைவானவர்களே' இறந்தனர் என்பதுதான் நான் அறிந்தது. இருப்பினும், இதில் உயிர்பிழைத்தவர்களிடம் நான் பேசியபோது அவர்கள் இறப்பின் எண்ணிக்கை 5,000-லிருந்து 10,000 வரை இருந்ததாகக் குறிப்பிடுகின்றனர். சிலர் இந்த எண்ணிக்கை இன்னும் அதிகமாக இருக்கலாம் என்றனர். இக்கணக்கில் ஏன் இத்தனை பெரிய இடைவெளி? ஒரு காரணம் என்னவென்றால், பெங்காலி பத்திரிகைகள் மரிச்ஜாப்பி கதையை அவ்வப்போது உள்ளடக்கியிருந்தாலும், தீவு கல்கத்தாவிலிருந்து வெகு தொலைவில் இருந்ததால் மரிச்ஜாப்பியில் நடந்ததை வாய்வழி வரலாறாக மட்டுமே மீளெழுப்ப முடியும்.

17 மே 1979 அன்று, அப்போதைய தகவல் அமைச்சராக இருந்த புத்ததேவ் பட்டாச்சார்யா மரிச்ஜாப்பியிலிருந்து அகதிகளை முற்றிலும் வெளியேற்றிவிட்டதாக செயலகத்தில் (Writer's Building) அறிவித்தார்.

படுகொலைக்கான காரணம்

ஜோதி பாசு அரசாங்கம் மரிச்ஜாப்பியில் குடியேறியவர்களை வலுக்கட்டாயமாக வெளியேற்றியது ஏன்? மரிச்ஜாப்பி பாதுகாக்கப்பட்ட தீவு என்பதும் அகதிகள் மரங்களை வெட்டுவதன் மூலம் சுற்றுச்சூழலை அழித்தனர் என்பதும்

அதிகாரகபூர்வ காரணம். ஆனால், அகதிகள் பெரும்பாலும் தலித்துகள் என்பதால் அரசாங்கம் சாதிச் சார்பு கொண்டிருந்தது என்றும் குற்றச்சாட்டுகள் இருந்தன. கருத்தரங்குகளிலும் அரசியல் உரைகளிலும் வர்க்கமற்ற, சாதியற்ற சமுதாயத்தைப் பற்றி பேசும் வங்காளத்தின் பத்ரலோக மார்க்சிஸ்டுகள் எவ்வாறு தங்களுக்குள் இருக்கும் சாதிய பாரபட்சங்களை வெளிப்படுத்துகிறார்கள் என்பதற்கு இது ஓர் உதாரணம் என்று சிலர் கூறுகிறார்கள் (மனோரஞ்சன் பியாபாரி, அத்தியாயம் 9). இன்னும் சிலர், இடது முன்னணி அரசாங்கம் மீண்டும் மேற்கு வங்கத்திற்கு அகதிகளை அழைத்து வருவதாகச் சொன்ன வார்த்தையைக் காப்பாற்றாததால் அவர்கள் தங்களுக்கு எதிராக வாக்களிக்கக்கூடும் என்று நினைத்ததாகக் கூறுகிறார்கள்.

ஆனால் மரிச்ஜாப்பியில் குடியேறியவர்கள் மீது கட்டவிழ்த்துவிடப்பட்ட கொடூரங்களை எக்காரணமும் நியாயப்படுத்த முடியாது.

மரிச்ஜாப்பியின் உண்மையான கதை பொய்களுக்கும் மனக்குமுறல்களுக்கும் இடையில் எங்கோ புதைக்கப்பட்டுள்ளது. பல வருடங்களாக எனக்குத் தெரிந்தவர்களை நான் மீண்டும் சந்தித்தேன், பழைய காயங்களை இன்னும் இதயத்தில் சுமக்கும் புதிய நபர்களைச் சந்தித்தேன். மரிச்ஜாப்பி துயரக்கதையில் உறிஞ்சப்பட்ட இம்மக்களின் துண்டு துண்டான நினைவுகளை என் செய்திக்குறிப்பேட்டில் எழுதிப் பதிவுசெய்தேன்.

1
ஜோதிர்மய் மண்டல்

ஜோதிர்மய் மண்டல் சூனியக்காரிகளைக் காப்பாற்றுபவர். அரசாங்க வங்கி எழுத்தராக ஓய்வுபெற்ற, ஒரு நடிகையை மகளாகக் கொண்ட இந்த எழுபது வயது மனிதருக்கு இது ஒரு வேடிக்கையான அடையாளம்தான். ஆனால் சில மனிதர்களை புரிந்துகொள்வது என்பது எப்போதும் கடினமானது.

கொல்கத்தாவின் நாகரீகமான பகுதியாக அறியப்படாத எண் எண்பத்தி நான்கு, கௌரங்கா சரணி என்ற முகவரியில் தனது பீடியை அடைத்துக்கொண்டிருந்த மண்டலிடம் பலமுறை அவர் அதுவரை என்னிடம் கூறிய கதையை மீண்டும் கூறும்படி தூண்டினேன். எனது பத்திரிகைத் துறையின் ஆரம்ப நாட்களில், உலகைக் காப்பாற்றுவதே முக்கியக் குறிக்கோளாகக் கருதப்பட்ட காலத்தில், மண்டல் பல 'மனிதாபிமான கதைகளுக்கு' ஆதாரமாக இருந்தவர். வங்காளத்தின் தொலைதூர மாவட்டங்கள் பலவற்றிற்குச் சென்று, சொத்துக்களை அபகரிக்கும் நோக்கத்தோடு சூனியக்காரிகளாக முத்திரை குத்திவிடப்பட்ட விதவைகளுக்கு உதவினார். மேடையேறுவதற்காகவோ விருதுகளுக்காகவோ அல்லது தொலைக்காட்சி நிகழ்ச்சிகளில் பங்கெடுப்பதற்காகவோ அவர் அப்பெண்களுக்கு உதவவில்லை. மரிச்ஜாப்பிக்குப் பிறகு இந்த ஆண் உலகின் வெறித்தனத்தை எதிர்த்துப் போராட வழியில்லாதவர்களுக்காக தான் போராடுவதாக தனக்குத்தானே உறுதியளித்துக்கொண்டதால் உதவிகளை செய்தார். மரிச்ஜாப்பி மக்களின் வாய்மொழி வரலாற்றை ஆவணப்படுத்தும் எனது விழைவுக்கான முயற்சியை மண்டலிடமிருந்தே முதலில் தொடங்கினேன்.

மண்டலைவிடவும் தண்டகாரண்ய பிராந்தியத்தின் மனா மற்றும் இதர முகாம்களில் இருந்த அகதிகளின் சோதனைகளை மிகவும் உயிர்ப்புடன் விவரிக்கக்கூடிய வேறொருவர் இல்லை. தான் குழந்தையாக இருந்தபோது, தன் தந்தை குடும்பத்தைக் காப்பாற்றுவதற்காக நாடுவிட்டு நாடு அலைந்துகொண்டிருந்த காலத்திற்கு என்னை அழைத்துச் செல்கிறார். 1956-57 காலகட்டத்தில் லட்சக்கணக்கான கட்டுமானப் பணியாளர்கள், விவசாயிகள், மீனவர்கள், குயவர்கள், நில உரிமையாளர்கள் மற்றும் நிலமற்றவர்கள் 'உத்பஸ்து' (அகதி) என்ற ஒற்றை வார்த்தையால் குறிப்பிடப்படுகிறார்கள். தங்கள் உடமைகள் அனைத்தையும் இழந்த ஒரு தந்தை-மகன், சுக்சந்த்-சச்சினின் கதையை என்னிடம் இவ்வாறு கூறத்தொடங்குகிறார்:

***

ஓர் அந்நியன் சுக்சந்திற்கு புகைக்குழாயை வழங்குகிறார். அன்றைய உழைப்பின் களைப்பால் கண்கள் கனத்திருக்கும் சச்சின் வாழ்க்கையின் மிக ஆழமான பாடங்களில் ஒன்றைக் கற்றுக்கொள்கிறான் - இரயில் இயந்திர அறைக்குப் பின்னால் தனித்து விடப்பட்டு, ஒருபோதும் அறிந்திராத ஊருக்குச் சென்று, கட்ட இயலாத ஒரு வீட்டைக் கட்டி வாழ நினைக்கும் சக பயணியை, அவர் நம்மைப்போன்றே வாழ்க்கைமீது

எத்தனை நம்பிக்கையிழந்தவராகத் தெரிந்தாலும் அவரை மதிக்க வேண்டும்.

அந்த மனிதன் தனது வலது கையால் சுடுமண்ணாலான புகைக் குழாயை நீட்டி, இடது கையால் தனது வலது முழங்கையைத் தொட்டு, தன் தந்தை சுக்சந்தை நோக்கிக் குனிந்து பவ்யமாக வழங்கும், விலாவாரியாகவும் கொஞ்சம் நகைச்சுவையாகவும் தோன்றிய இக்காட்சியை சச்சின் உன்னித்துக் கவனிக்கிறான்.

அவர்கள் இருந்த வங்காளப் பகுதியின் ஃபரித்பூர் ஜில்லாவில் உள்ள காதம்பரி கிராமத்தில், எங்கிருந்து அவர்கள் இடம்பெயர்ந்து சென்று அது வேறொரு நாடாக இப்போது ஆகிவிட்டதோ அங்கே இச்செய்கையை மரியாதை நிமித்தமாகச் செய்யப்படுவதாகக் கருதுவார்கள் என்று பின்னாளில் சச்சினுக்கு அவன் தந்தை விவரிக்கிறார்.

அந்த இரவில், ஈரமும் இருளும் நிறைந்திருந்த இடத்தில், ஆண்கள் குறட்டைவிட, குழந்தைகளை உறங்க வைக்க பெண்கள் தாலாட்டிசைக்க, நரைத்த தலையும் கரடு முரடான தாடியும், கைகால்களில் இறந்த மீனின் செதில்களாக உலர்ந்த தோலையும் கொண்ட மனிதனை நினைத்து சச்சின் ஏங்குகிறான். அவர் அவனது தாத்தா கயாலி. அவர்களுக்கிடையேயான இரண்டு தலைமுறை இடைவெளியை நீக்கி நண்பர்களாக விரும்பி அவனை கயாலி 'பாய்' என்றழைப்பதை நினைத்து ஏங்குகிறான். சச்சின் கடைசியாக ஒரு முறை அப்பாவும் அந்த அந்நியரும் தங்களை ஆற்றுப்படுத்திக்கொள்ள புகையை இழுத்துவிடுவதைப் பார்க்கிறான். பின்னர், உணர்வுக்கும் தூக்கத்துக்கும் இடையேயான ஊசலில் அவன் மனம் பகல் நேரத்தில் தான் கடந்து வந்த தூரத்தை நினைத்துப்பார்க்கிறது.

தூக்கத்தில் சச்சின், மதுமதி ஆற்றின் கரையில் அமர்ந்திருக்கும் அவர்களின் கிராமத்திற்கு மீண்டும் நீந்திக் கரைக்குச் செல்கிறான். அங்கு பெரிய பெரிய மரங்களின் நிழலின் கீழ் கயானின் வீடு உள்ளது. கோய்தா மற்றும் தாலிஸ்களின் வீடுகளும். நீண்ட பயணத்தைக் குறித்து முன் கூட்டியே எச்சரித்த ஊரின் மூத்த மனிதரின் வீடும். குடும்பத்தில் எல்லாரும் பைத்தியமாக இல்லாத பைத்தியக்காரனின் வீடு. பக்கத்திலுள்ள தாலிஸ்கள் தூரத்திலிருந்து வீசப்படும்

ஈட்டிகளை நிறுத்தவும் வாள்களை இரண்டாக உடைக்கவும் கூடிய போர் கேடயங்களை உருவாக்குகிறார்கள்.

ஆற்றங்கரையில் ஓரளவிற்குக் காய்ந்திருக்கும் நிலத்தில் உள்ளூர் சந்தை உள்ளது. பெரிய வட்ட தகரப் பானைகளுக்குள்ளே அன்று புத்தம்புதிதாகப் பிடிக்கப்பட்ட இன்னும் சுழன்றுகொண்டிருக்கும் மீன்கள். சில சமயங்களில் பத்மா நதியின் புகழ்பெற்ற ஹில்சா வகை மீனும் அதில் இருக்கும். மேலும் கரும்பு, பலாப்பழம், மாம்பழம், ஆமை அனைத்தும் விற்பனைக்கு வைக்கப்பட்டிருக்கும் பரபரப்பான சந்தை.

இந்த பஜாரில்தான் பழுத்த பச்சை கொய்யாக்கள் வேண்டுமென்று சச்சின் அழுதான். கயாலி, பருவமழை மற்றும் வயிற்று பிரச்சனைகளைக் காரணம் காட்டி அதை வாங்காமல் அதற்குப் பதிலாக மதன் குட் குடிஸ் என்ற வெல்லத்தில் செய்யப்பட்ட, கடித்தால் கடக்மொடக்கென்று சத்தமெழுப்பும் கமர்கட்டுகளை வாங்கித் தந்தார்.

அடிக்கடி பயணம் செய்யும் சச்சினின் தந்தை சுக்சந்த், அவர் கற்பிக்கும் கிராமப் பள்ளியிலிருந்து திரும்பி வரும்போது ஓர் அணா மதிப்புள்ள மிட்டாய்களை அவனுக்காக வாங்கி வருவார். மதரிப்பூர், ஃபரித்பூர் அல்லது டாக்காவில் அனைத்து பல்கலைக்கழகங்களும் தொலைவில் இருப்பதால் அவரால் பல்கலைக்கழகப் பட்டம் பெற முடியவில்லை. அதிலும் டாக்காவிற்கு பயணம் செய்ய மூன்று நாட்கள் படகில் செல்லவேண்டும். சுக்சந்த் தனது மெட்ரிகுலேஷன் தேர்வு நடந்த ஆண்டில் திருமணம் செய்து கொண்டார். அவரது அண்டை வீட்டார், திருமணம் பின்னர் செய்துகொள்ளலாம் ஆனால் 'பையனுக்கு முதலில் கல்வி தேவை,' என்று அறிவுரை செய்தார்கள். ஆனால் கயாலிக்கு அப்பெண்ணை விட மனமில்லை. தன் பையனைப் போன்ற உம்முனாமூஞ்சிக்கு அத்தகைய அழகு அவர்களுக்கு வேறெங்கே கிடைக்கும்? அதனால் சுக்சந்த் திருமணம் செய்து, தேர்வெழுதி தோல்வியடைந்தார். இருப்பினும், அடுத்த ஆண்டு அவர் தேறிவிட்டார். 'எங்க வீட்டு மருமகள் ரங்கா அதிர்ஷ்டத்த கொண்டுவருவா,' என்று கயாலி கூறினார். அடுத்து சச்சின் பிறந்தார். இரண்டு மகன்கள், இரண்டு மருமகள்கள்

மற்றும் இப்போது ஒரு பேரன்; மனைவியை இழந்த கயாலி இதைவிடவும் சிறந்த வேறொன்றைக் கேட்டுவிட முடியாது.

சச்சின் இவ்வாறு தனது பெற்றோர் மற்றும் தாத்தா பாட்டிகளின் அன்பிலும் அவரது முன்னோர்களை விடவும் அதிகம் வாழ்ந்த இன்னும் அதிக காலம் வாழக்கூடிய ஆலமர நிழலிலும் வளர்கிறார். ஆனால் சச்சினின் அழகிய உலகில் விரைவில் நிழல் சூழ்கிறது.

முதலில் ஒரு வதந்தியாக கலவரம் வருகிறது. ஆனால் சுத்துப்பத்து பத்து கிராமங்களிலும் தன் வார்த்தைக்கு மதிப்புப் பெற்ற கிராமத் தலைமையாசிரியர் ஒரு துரோகியின் வாளுக்கு இரையாகும்போது அமைதியான வாழ்விற்கு முடிவு வந்துவிட்டதோவென சுக்சந்த் வருந்துகிறார். தலைமையாசிரியர் அருகிலிருந்த கிராமத்திற்கு ஒரு கலவரத்தை நிறுத்தச் சென்றிருக்கிறார். பெரும்பாலும் தன் முன்னாள் மாணவர்களான இந்துக்களையும் முஸ்லிம்களையும் மதத்தின் பேரால் ஒருவரையொருவர் கொல்லக்கூடாது என்று கேட்டுக்கொண்டார். கொலைகள் நிறுத்தப்படுகின்றன, ஆனால் முதியவர் திரும்பி வரும் போது, மனிதனின் வடிவத்தில் இருந்த பாம்பு என்று சுக்சந்த் விவரிக்கும் ஒருவன், அவரை இரண்டாக வெட்டினான். தலைமையாசிரியரும் அவரது இரண்டு இளம் மாணவர்களும் மாண்டு விழ, 'ஜெய் மா காளி' மற்றும் 'அல்லாஹு அக்பர்' போர் முழக்கங்கள் நாடி நரம்புகளில் விஷம் பரவுவது போல இரவு வானத்தை நிரப்புகின்றன. அரிவாள்கள், ஈட்டிகள், வாள்கள், மற்றும் சூலங்கள் அனைத்தும் வெளியே வருகின்றன.

***

சுக்சந்த் நீண்ட காலமாக ஊரைவிட்டுத் தள்ளி இருந்தார். துர்கா பூஜைக்கு முன்பு திரும்பியவரிடம் கயாலி ஏன் இவ்வளவு காலம் அவர் வராமல் இருந்தார் என்று கேட்க அவர் பெருமூச்சு விடுகிறார். தான் தரும் பதிலை கயாலியால் கேட்க முடியாது என்பதால் சுக்சந்த் இக்கேள்வி கேட்கப்படுவதை விரும்பவில்லை. காதம்பரியை விட்டு, கிழக்கு பாகிஸ்தானை விட்டு, இந்தியா என்று அழைக்கப்படும் புதிய நாட்டை அடைய சுக்சந்த் முடிவெடுக்கிறார். இந்தியா என்ற பெயரே

கெட்ட வார்த்தையாகக் கருதப்பட்ட இடத்தில் இந்துக்களுக்கும் அவர் மனைவி மற்று மகன் சச்சினுக்கும் இனி பாதுகாப்பிற்கு இடமில்லை.

தங்கள் முன்னோர்கள் வாழ்ந்த கிராமத்தில் அவர்களுக்கு இது கடைசி துர்கா பூஜை.

கிராமத்தைக் கருமேகங்கள் சூழ்ந்துள்ளன. மருமகள் ரங்காவின் கண்களில் விரக்தியின் நிழல். மனக்கொந்தளிப்பைத் தனக்குள் கட்டுப்படுத்த கயாலி தோற்றுகொண்டிருக்க பேரப்பிள்ளை சச்சினிற்குக் காரணங்கள் குறித்த கவலையில்லை. தன் தாத்தாவிடம் ஓடி அவர் கைகளில் புதைந்து அழுது, அவர்களைப் போக விடாமல் இருக்கக் கெஞ்சுகிறான். முதியவர் வேறெங்கோ பார்க்கிறார். வெளியே பலத்த மழை பெய்கிறது.

துறையில் கட்டியிருக்கும் கயிற்றை அவிழ்த்துவிட்டபடி கண்ணை மூடிக்கொண்டு கயிற்றின் மீது நடக்கும் கழைக்கூத்தாடியின் லாவகத்தோடு படகில் ஏறிக்குதித்து அது ஆடுவதை சமாளித்தபடி இலகுவாக செலுத்தும் படகோட்டியைப் பார்த்தவாறு வருகிறான் சச்சின்.

அவர்களை வழியனுப்ப கிராமமே வந்திருக்கிறது. அழுது சிவந்த கண்களுடன் இரண்டு மருமகள்களும் ஒருவருக்கொருவர் விடைபெறுகிறார்கள். கண்ணீரை மறைக்கப் போராடும் கயாலி அழுதுகொண்டே கூறுகிறார்: 'சுக்சந்த், இது நீண்ட பயணம்பா. பாதுகாப்பாக இரு மகனே. மருமக ரங்காவை கவனிச்சுக்கோ. சிறியவனுக்கு வயிறு சரியில்ல, அவனுக்கு சரியான உணவு கொடு. பார்த்துக்கோப்பா.'

காதம்பரி மெதுவாக மங்கத் தொடங்க, கொச்சுசுஷி ஆறும் சித்தல்மாரி கால்வாயும் கூட மங்குகின்றன. படகுகள் வரிசையாக நிற்கவைக்கப்பட்டிருக்கும் கரையை அவர்கள் அடைகிறார்கள். பயணிகளை ஒரு வங்காளத்திலிருந்து இன்னொரு வங்காளத்திற்கு சுமந்துச் செல்லும் வரிசையாக நிற்கவைக்கப்பட்டிருக்கும் படகுகளின் ஒன்றில் நெரிசலான எஞ்சின் அறையில்தான் சச்சினின் குடும்பம் குழாய் புகைத்துக்கொண்டிருக்கும் அந்த மனிதனுக்கு அருகே

இடம் பிடிக்கிறது. அவரது தந்தை அந்த அந்நியருடன் புகைப்பிடிக்கும்போது, ஒரு பார்வையற்றவர் பாடுகிறார்:

‘கடவுளே, நீ ஏன் என் நிலத்தை துண்டாக்கினாய்,
என் அமைதியை ஏன் கெடுத்தாய்!’ ’
சச்சின் உறங்குகிறான்.

***

ஆண்டு 1957. சச்சினின் கண் முன்னால் உடைந்த தங்கள் வாழ்வினை தலையிலும் கைகளிலும் மூட்டையாகத் திரட்டியெடுத்து கட்டிக்கொண்டு துருப்பிடித்த படகுகளிலிருந்து அலை அலையாக இறங்கும் மக்கள். குல்னா ஜெட்டி ஒரு பரபரப்பான சாலை. சாலையோர கையேந்தி உணவகங்களிலிருந்து வாடிக்கையாளர்களைத் தேடும் ஆண்கள். விற்பனையாளர்கள் கொறிபண்டங்களை விற்கிறார்கள். ஆனால் சுக்சந்திற்கு வீணடிக்க நேரமில்லை. தனது மனைவி மற்றும் மகனை விரைந்து செல்லச் சொல்கிறார். அந்த இடத்திலிருந்து அவர்களின் இறுதி இலக்கிற்கு ஒரு நீண்ட பயணம் செல்ல வேண்டும். இரக்கமற்று கண்ணைக் கூசவைக்கும் சூரியனின்கீழ் அவர்கள் குல்னா நிலையத்திற்கு நடக்கிறார்கள். நடந்து செல்லும் வழியில் சச்சின் முதன்முறையாக ஒரு நகரத்தைப் பார்க்கிறான். சாலைகளில் நகரும் வாய்களற்ற மிகப்பெரிய ஆமைகள். அதை அவர்கள் இங்கே மகிழுந்து *(car)* என்று அழைக்கிறார்கள். காலணி அணிந்த பெண்கள் ஆண்களிடம் கண்களைப் பார்த்துப் பேசி சிரிக்கிறார்கள். ரங்காவிற்கு ஆடம்பரமான காலணிகளை அணிந்த பெண்களைப் பார்த்து பழக்கமில்லாததால் வெட்கத்துடன் வேறு பக்கம் பார்வையைத் திருப்பிக்கொள்கிறாள்.

பச்சை நிற ரயில்கள் மக்களை கல்கத்தாவுக்கு அழைத்துச் செல்கின்றன. பரிஷால் எக்ஸ்பிரஸ் ஹில்சா மீனையும் நம்பிக்கையையும் மனிதர்களையும் அவர்தம் நினைவுகளையும் பெயர் தெரியாத நிலையங்களுக்குக் கொண்டு செல்கிறது. மதுமதி ஹில்சா அந்தப்பக்கம் புகழ்பெற்ற உணவு என்று யாரோ சொல்கிறார். அவர்கள் ரயிலில் பெனாபோலுக்குச் செல்கிறார்கள். அங்கு கூட்டம் கூட்டமாக, இடப்பெயர்வு ஆவணங்களைச் சரிபார்த்து, அவர்கள் அறிவித்ததை விட அதிகமாக யார் எடுத்துச் செல்கிறார்கள் என்பதைக்

கண்காணிக்கும் போலிஸ்காரர்களைக் காண்கிறார்கள். பலரிடம் ஆவணங்கள் இல்லை. எப்படியாவது போலீசிடமிருந்து தப்பிக்க வேண்டும் என்று பிரார்த்தித்தாலும் இந்த போலீஸை ஏமாற்றுவது அத்தனை சுலபமல்ல. ஆண்கள் ரயில் பெட்டிகளிலிருந்து வெளியே தள்ளப்படுகிறார்கள். சிலர் லஞ்சம் கொடுத்த பிறகு உள்ளே இருக்க அனுமதிக்கப்பட்டாலும், அவர்கள் தள்ளப்பட்டு, அவர்களது உடைமைகள் சிதறடிக்கப்பட்டு, அவர்களின் நகைகள் அபகரிக்கப்பட்டு, அவர்கள் பெண்களின் மீது பேராசைப் பார்வைகள் விழுகின்றன. சட்டம் தன் கடமையைச் செய்யும்!

நீல நிற தொப்பி மற்றும் காக்கி சீருடையில் இருக்கும் போலீசார் சச்சினின் தந்தையை அணுகுகிறார்கள். சச்சின் இதுவரை போலிஸ்காரர்களைப் பார்த்ததில்லை. ‘ஏன் வளர்ந்த ஆண்கள் பள்ளிச் சீருடையை அணிந்திருக்கிறார்கள்?’ என்று அவன் ஆச்சரியப்படுகிறான்.

‘நீங்க எவ்ளோ பொருள எடுத்துட்டு போறீங்க?’

அரிசிக்குள் பணமோ நகையோ மறைக்கப்பட்டிருக்கிறதா என்று சோதிப்பதற்காக அவர்களில் ஒருவர் கையை குடத்திற்குள் விட்டு துழாவ, மென்மையான சுபாவம் கொண்ட சுக்சந்த் அவர்கள் கேள்விக்கு பதிலளிக்கத் தடுமாறுகிறார். ‘வெறும் தானியம்தான்,’ அவர்கள் சிரிக்கிறார்கள். ‘ஆனா நீ அனுமதிக்கப்பட்ட அளவவிட அதிகமா எடுத்துட்டுப் போற,’ ஒருவன் ரங்காவின்மீது பார்வையை படரவிட்டபடி கூறுகிறான். இதுபோன்ற கண்களை சச்சின் முன்பு பார்த்திருக்கிறான்; இரைதேடி அலையும் மிருகத்தின் கண்கள். பயம் அவனது குழந்தை இதயத்தைப் பீடிக்கிறது.

சுக்சந்த் விரைவாக கசங்கிய முப்பது ரூபாய் நோட்டுகளை எடுத்து நீட்ட, அவன் அதைப் பையில் போட்டுக்கொண்டே எல்லை அனுமதிச் சீட்டில் முத்திரை குத்துகிறான். ரயில் பெனாபோலிலிருந்து புறப்படுகிறது.

பசுமையான வயல்கள்; சோம்பலான மேய்ச்சல் கால்நடைகள்; பெயர் தெரிந்த தெரியாத மரங்கள்; நிரம்பிய மற்றும் வறண்ட குளங்கள்; வேர்வையில் விவசாயிகள்; பரபரப்பான சந்தைகள் கடந்து செல்கின்றன. நினைவுகள் சச்சினின் மனதில்

கலங்கலாகத் தோன்றுகின்றன. இது அறுவடை காலம், கயாலி இப்போது நிலத்தில் இருக்கக்கூடும். அவர்கள் புறப்பட்ட வருத்தத்தில் இன்று ஓய்வு எடுத்துக்கொண்டாரா? சச்சின் தனது பாட்டியை பார்த்ததில்லை, ஆனால் அவனது தாத்தா உலகின் அனைத்து அன்பையும் அவன்மீது பொழிந்தார். சச்சின் குழந்தையாக இருந்தபோது அவரது பெரிய கரங்களில் பொதிந்திருந்தான். ரயில் ஹரிதாஸ்பூரை அடைந்தபோது சச்சினின் தொண்டை துக்கத்தில் அடைத்தது. இது ஒரு நீண்ட பயணம். ஒரு மணி நேரம் கழித்து அவர்கள் ஒரு மேம்பாலத்தைக் கடக்க அதனருகில் ஒரு பலகையில் 'புறம்போக்கு நிலம்' என்று எழுதப்பட்டிருக்கிறது. அன்றைய நாளின் சூடு அதிகரிக்கிறது, மற்றொரு பலகை 'இந்தியா வரவேற்கிறது!' என்று ஒளிர, உள்ளே இருக்கும் ஆண்கள் நிலைகொள்ளாமல் தவிக்கிறார்கள்.

அவர்கள் ஏறக்குறைய வந்துவிட்டார்கள். சீல்தா நிலையம் கூப்பிடும் தூரம்தான். அவர்கள் இந்தியாவிற்கு வந்துவிட்டார்கள்.

***

மறைந்துகொண்டிருக்கும் சூரியனைக் காண சுக்சந்த் தனது கூடாரத்திலிருந்து வெளியே வருகிறான். சில காலமாக அவர் உடல்நிலை சரியில்லை. போங்கான் ரெயில் நிலையத்தில் போடப்பட்ட தடுப்பூசி அவருக்கு உமட்டலைக் கொடுக்கிறது. தலைக்கு மீது மினுங்கும் சிறிய பல்ப் வெளிச்சத்தின் கீழ் சச்சின் இருமிக்கொண்டே இருக்க, அருகிலிருக்கும் மற்ற கூடாரங்களிலிருந்து பெற்றோர் முணுமுணுப்பதும் குழந்தைகள் அழுவதும் கேட்கிறது. அந்தரங்கம் என்பது இங்கு நினைத்துப்பார்க்க முடியாதது.

அவர்கள் இங்கு சில நாட்களாக இருக்கிறார்கள். அவர்களின் பெயர்கள் தடித்த கோப்புகளில் பதிவு செய்யப்பட்டு, அருகிலோ தள்ளியோ இருக்கும் நிவாரண முகாம்களுக்குக் கொண்டு செல்லப்பட காத்திருக்கும் அகதிகளுக்கு சீல்தா நிலையத்திற்கு வெளியே தற்காலிகமாக தங்கும் ஏற்பாடுகள் செய்யப்பட்டுள்ளன. ரங்கா அவர்களுக்கான உணவை செங்கற்களை அடுக்கி அடுப்பாக்கி குச்சிக்களைக்கொண்டு

நெருப்புமூட்டி நடைபாதையில் சமைக்கிறார். அவர்கள் கொண்டு சென்ற அரிசிக் குடம் வேகமாக காலியாகிறது.

ஒவ்வொரு அகதிக்கும் தினமும் இரண்டு ரூபாய் ரொக்கப் பணம் கொடுக்கப்படுகிறது. சுக்சந்த் தன் குடும்பத்திற்கு ஐந்து ரூபாய் பெறுகிறார். 'இது பிச்சைக்கார வாழ்க்கை,' என்று காறித்துப்புகிறார். இந்தியா இத்தனை சோர்வைத் தந்து ஏமாற்றமடைய வைக்கும் என்று யாருக்குத் தெரியும்! தன்னைச் சுற்றி விரக்தியையும் மரணத்தையும் மட்டுமே பார்க்கிறார். எத்தனை கஷ்டங்கள் இருந்தபோதிலும் உயிர்ப்புடன் இருக்கும் தன் மனைவியைப் பார்க்கிறார். பிறகு தொலைவில் நம்பிக்கையெனும் நகரமான கல்கத்தாவைப் பார்க்கிறார். அது ஒரு நகரமா அல்லது வெறும் மாயையா?

ஒரு வாரம் கழித்து அவர்கள் மீண்டும் அங்கிருந்து விரட்டப்படுகிறார்கள். ஜோகேஷ்வர் திஹியின் இடைக்கால முகாம் அவர்களின் புதிய முகவரியாக இருக்கப்போகிறது. ஒரு புதிய நிலத்தில் காலூன்றத் துடிக்கும் அவர்களது சக பயணிகளாக இருக்கும் நூற்றுக்கணக்கான இந்து அகதிகளுடன் ரயில் ஏறுகிறார்கள். உள்ளே ஒரு காலியான இருக்கை கூட இல்லை. ரங்காவும் சச்சினும் தாங்கள் எடுத்துச் செல்லும் இரும்புப் பெட்டியின் மீது அமர்ந்திருக்க அவர்களைப் பாதுகாத்தபடி சுக்சந்த் நிற்கிறார். அவர்களுக்கு முன்னால் உள்ள இருக்கையில் ஒரு குழந்தை வீறிட்டு அழுதுகொண்டிருக்கிறது. அதன் தாய் இயலாமையுடன் சுற்றிலும் நின்றுகொண்டிருக்கும் ஆண்களின் வெறித்த பார்வையைக் கவனித்துவிட்டு, அன்னியர்களுடன் பல வருடங்கள் பயணம் செய்து பழக்கப்பட்டதால் தன் ஒரு மார்பை மிக நாசூக்காக குழந்தைக்குப் பால் புகட்ட திறந்துவிடுகிறாள்.

'எங்கிருந்து வரீங்க தங்கச்சி?' என்று அவளிடம் யாரோ கேட்கிறார்கள்.

'கோபால்கஞ்ச்,' என்று அவள் பதிலளிக்கிறாள்.

'அங்கதான் என் அப்பா-அம்மா இருக்காங்க!' ரங்கா உற்சாகமாகக் கூறுகிறாள். அந்தப் பெண்ணின் பெயர் அய்னமோதி, அவளுக்கு ரங்காவின் குடும்பம் குறித்து ஏற்கெனவே தெரிந்திருக்கிறது. ரங்கா அந்தப் பெண்ணிடம்

தன் பெற்றோர் நாட்டைவிட்டுச் செல்லவில்லை என்று குறிப்பிடுகிறாள். அவள் இளமையின் கலசம்; இத்தனை நீண்ட மற்றும் களைப்பான பயணம் அவளது மனதை உடைக்கவோ, அவள் முகத்திலிருக்கும் புன்னகையை துடைக்கவோ முடியவில்லை. அப்பெண்ணின் கணவன் அகில், சுக்சந்துடன் அவள் அரட்டை அடித்துக்கொண்டு வருவதை அவ்வப்போது ஓரக்கண்ணால் கவனிக்கிறான். ரயில் சென்றுகொண்டிருக்கிறது.

***

ஜோகேஷ்வர் திஹி இடைக்கால நிவாரண முகாம், கோய்ச்சோர் தபால் நிலையம், புர்த்வான் ஜில்லா, மேற்கு வங்கம் என்ற முகவரியில் ஒரு பெரிய ஆலமரத்தைச் சுற்றி கூடாரங்கள் அமைக்கப்பட்ட ஒரு சிறிய கிராமம். அருகில் தாமரைகள் நிறைந்த பெரிய குளம் இருக்கிறது. ரயிலில் ஓர் இரவு நீளப் பயணம் செய்து ஆற்றங்கரையில் களைப்பாறி, இறுதியில் லாரி சவாரிக்குப் பிறகு இங்கு வரும் புதியவர்களுக்கு கம்பளமாக விரிந்திருக்கிறது சிவந்த மண்.

கோய்ச்சோர் பஜார் ஏரியின் மறுபுறத்தில் வாரத்திற்கு இரண்டு முறை காலை வேளையில் நடைபெறும். உள்ளூர் காய்கறிகளும், பத்மா குளத்தில் கிடைப்பது போலல்லாது அருகிலுள்ள குளங்களில் வளரும் சதைப்பற்றற்ற சுவையற்ற மீன்களும் பானைகளில் விற்கப்படுகின்றன.

ஏரியைச் சுற்றியுள்ள காட்டுத் தாவரங்களுக்கிடையே கீரைச்செடி வளர்ந்து வருவதை ரங்கா கண்டுபிடித்தது மட்டுமே சற்று ஆசுவாசமான விஷயம். முகாமில் முதல் நாள், பல நாள் அரை வயிறு மட்டுமே உண்டு காய்ந்திருந்த சுக்சந்திற்கு சோறும் கீரையும் அரசனின் உணவாக ருசித்தது.

அவர்களின் கூடாரத்திற்கு வெளியே ஒரு சிறிய நிலத்தில் தனது கிராமத்தில் இருந்து கொண்டு வந்திருந்த புடலைங்காய் விதைகளை ரங்கா விதைத்தாள். ஒரு கூடாரத்தை புதிய வீடாக மாற்றுவதற்கே அவளுடைய பெரும்பாலான நேரம் செலவாகியது. சுக்சந்த் இப்போது முகாமில் ஆசிரியராகப் பணியாற்றுகிறார். ஆலமரத்தைச் சுற்றி வகுப்புகள் நடத்தப்படுகின்றன. ‘ரபி தாகூர் இப்படித்தான் வகுப்பெடுத்தார்,’

என்று தனக்குள்ளேயே முணுமுணுத்து சிரித்துக்கொள்கிறார். நாற்காலிகளோ மேஜைகளோ இல்லை; சுக்சந்திற்கு மட்டும் ஒரு ஸ்டூலும் கரும்பலகையும் எப்படியோ கிடைக்கிறது.

முகாமிலிருந்த குழந்தைகளுக்கு எழுத்துருக்கள், வாய்ப்பாடுகள், கொஞ்சம் புவியியல் ஆகியவற்றைக் கற்பிக்கிறார். சிறுவர்கள் விலகி ஓடிவிடாமல் அவர்களது கற்றலை இலகுவாக்க தான் இழந்த நிலத்தின் கதைகளைப் பாடங்களுடன் சேர்த்துக் கூறுகிறார்.

முகாம் மாணவர்களுக்குக் கற்பிப்பதன் மூலம் சுக்சந்த் மாதத்திற்கு எழுபது ரூபாய் சம்பாதிக்கத் தொடங்குகிறார். கடைசியில் ஏதாவது சிறிய நன்மை கிடைக்கும் என்ற அவரது நம்பிக்கை விசித்திரமன நோய்த் தாக்குதலால் வீணாகுகிறது. மக்கள் பெயர் தெரியாத காய்ச்சலால் பாதிக்கப்பட்டு இறக்கத் தொடங்குகிறார்கள். இரண்டு குழந்தைகளும் ஒரு முதியவரும் இறந்துவிட்ட நிலையில் மிகவும் கெஞ்சிக் கூத்தாடிய பிறகு ஒரு நகர மருத்துவர் இறுதியாக நோயாளிகளைப் பரிசோதிக்க வருகிறார். இங்கு வாழும் உயிர்கள் அவ்வளவு மலிவானதா?

மருத்துவரைப் பார்த்தால் ஒரு முட்டாள்போல் தெரிகிறது. அவரது வெள்ளை மாத்திரைகளும் சிவப்பு டானிக்கும் இறப்புகளை நிறுத்த முடியவில்லை. முகாமில் இருள் சூழ்கிறது. அய்னமோதியையும் அவர்களின் குழந்தையையும் நிச்சயமற்ற விதியின் தயவில் விட்டுவிட்டு அகில் இறந்துவிடுகிறார்.

***

ஒரு வருடம் கடந்து செல்கிறது. ரங்காவிற்கு மீண்டும் ஒரு குழந்தை பிறக்கிறது. கூடாரத்திற்கு வெளியே அவள் நட்ட இளம் மரக்கன்று உறுதியான மரமாக வளரத் தொடங்குகிறது. மற்ற குடும்பங்களும் தங்கள் கூடாரங்களுக்கு வெளியே பூசணிக்காயும் மிளகாயும் வெங்காயமும் புடலையும் என்று காய்கறிகளை வளர்த்து தங்கள் அகதி வாழ்க்கையின் வெறுமையை இக்காய்கறிகளின் செழிப்பில் மறைத்துக்கொள்கின்றன. பத்துக்கை துர்கை அருள்வதற்கான நேரம் வருகிறது. சுக்சந்த் இப்போது முகாமின் தலைவராக உள்ளார். அவர் பூஜைகளுக்கு ஏற்பாடு செய்கிறார். ஏழைப்பட்ட குடும்பங்கள் சந்தாவாக என்ன வழங்க முடியுமோ அதை

வாங்கிக்கொள்கிறார். அவரே ஆலோசகராகவும் இருக்கிறார். ஜோகேஸ்வர் திஹியின் தற்காலிக முகாம் மனிதத்தின் ஆழி - மக்கள் இங்கு வாழ்ந்து மடிகிறார்கள், காதலிக்கிறார்கள், திருமணத்தை முறித்துக்கொள்கிறார்கள், விதவைகள் தங்களை விரும்பும் திருமணமான ஆண்களிடம் ஆறுதல் அடைகிறார்கள் ... சுக்சந்திற்கு அனைத்துக் கிசுகிசுக்களும் தெரியும், ஒவ்வொரு விவாதத்திலும் நியாயம் வழங்குவார். எல்லை கடந்து, வீடற்றிருக்கும் இந்த மனிதர்களுக்கென்று மிகவும் அந்தரங்கமானதென்றோ மிகவும் புனிதமானதென்றோ எதுவும் இல்லை.

***

சுக்சந்தின் வகுப்பு முன்னேற்றமடைந்திருக்கிறது. முகாமை ஒட்டிய கிராமத்திலிருந்து இரண்டு புதிய ஆசிரியர்கள் நியமிக்கப்பட்டுள்ளனர். இப்போது ஒரு நாற்காலி, மேஜை, அவர்களின் தலைக்கு மேலே ஒரு கூரை மற்றும் வகுப்புகள் தொடங்குவதையும் முடிவதையும் அறிவிக்க ஒரு மணி என்று இருக்கின்றன. இது ஒரு பள்ளிக்கூடமேதான்.

ஒரு நாள் ஒரு சிறுவன் சுக்சந்திடம் 'அகதி' என்ற வார்த்தைக்குப் பொருளைக் கேட்கிறான். அருகிலுள்ள ஒரு பகுதியில் அலைந்து திரிந்தவன் நீண்ட தூரம் நடந்ததால் தாகத்துடன் ஒரு வீட்டின் கதவைத் தட்டியிருக்கிறான். ஒரு பெண் கதவைத் திறக்க அவளிடம் சிறுவன் தண்ணீர் கேட்டிருக்கிறான். அவன் ஒரு அகதியைப் போலல்லாமல் சாதாரண சிறுவனாகத் தெரிகிறான் என்று தன் மாமியாரிடம் சொல்லத் திரும்புவதற்கு முன் அவனை ஏளனமாகப் பார்க்கிறாள். இரண்டு பெண்களும் சத்தமாகச் சிரிக்கின்றனர்.

'அகதி என்றால் என்ன சார்?' அவன் மீண்டும் சுக்சந்தை கேட்கிறான்.

ஐக்கிய நாடுகளின் 1951 மாநாட்டிலிருந்து பெறப்பட்டிருக்கும் சட்ட வரையறையின்படி, ஓர் அகதி என்பவர் அவரது சொந்த நிலத்தில் பாதுகாப்பற்றவராக உணர்வதாலும், அவரது வாழ்க்கை, நம்பிக்கை மற்றும் கருத்துகளுக்காக துன்புறுத்தப்படுவார் என்று பயப்படுவதாலும் தனது தேசத்தை விட்டு வெளியேற வேண்டிய கட்டாயத்திற்குத்

தள்ளப்படுகிறார். பெரிய வார்த்தைகள்தான் ஆனால் சுக்சந்த் தனது இளம் மாணவனுக்காக கண்களில் நீர் பெருக அவற்றை மீண்டும் சொல்கிறார். அவரது மாணவர் அதையே தானும் கூறுகிறார், 'ஐக்கிய நாடுகளின் 1951 மாநாட்டிலிருந்து பெறப்பட்டிருக்கக்கூடிய சட்ட வரையறைப்படி ...'

***

சுக்சந்த் அதிர்ந்தபடி தன் நாற்காலியில் இருந்து எழுந்திருக்கிறார். பள்ளிக்கூடத்தில் ஆண்களும் பெண்களுமாக அவரைச் சுற்றி நிற்கிறார்கள். ஒரு விவசாயி வந்திருக்கிறார். அவர்கள் மீண்டும் அங்கிருந்து கிளம்புமாறு கட்டளையிடப்பட்டுள்ளது. ரயில்கள் தயாராக இருக்க, அரசு அதிகாரிகள் அவர்களை தண்டகாரண்யத்துக்கு அழைத்துச் செல்வதாக அறிவித்துள்ளனர். தண்டகாரண்யா திட்டத்திற்கான பகுதி, ஒரிசாவின் கோராபுட் மற்றும் கலஹந்தி மாவட்டங்களிலிருந்து மத்திய பிரதேசத்தின் பஸ்தர் வரை 7,678 சதுர கிலோமீட்டர் பரப்பளவுகொண்டது. ராமர் பதினான்கு வருடங்கள் காட்டிற்கு அனுப்பப்பட்ட அதே இடம். இப்போது, கிழக்கு பாகிஸ்தானிலிருந்து வந்த இந்த வங்காள அகதிகளுக்கு முகாம்கள் அமைக்கப்பட்டுள்ள இடம். அவர்கள் போகவில்லை என்றால் பணப்படி நிறுத்தப்படும்.

'நாம் யார்?' என்று சுக்சந்த் கேட்கிறார்.

'நாம் மனிதகுலத்தின் மிச்சம்,' என்று கூட்டம் மீண்டும் கத்துகிறது.

அதிகாரிகள் அமைதியாக வெளியேறுகிறார்கள், ஆனால் இரவில் காக்கி அணிந்த காவலர்களுடன் திரும்பி வருகிறார்கள். அவர்கள் அனுமதியின்றி கூடாரங்களுக்குள் நுழைகிறார்கள். அகதிகள் பலவீனமாக எதிர்ப்புத் தெரிவிக்க, காவல்துறையினர் லத்திகள் மற்றும் கண்ணீர்ப்புகைகளால் பதிலளிக்கின்றனர்.

லாரிகள் வெளியே காத்திருக்கின்றன, அதில் சுக்சந்தும் மற்றவர்களும் ஏற வேண்டி கட்டாயப்படுத்தப்படுகின்றனர். குழப்பத்தில், இடதுசாரி கட்சிகளின் தலைவர்கள் திடீரென்று தோன்றுகிறார்கள். சுக்சந்த் உதவிகேட்டுக் கதறுகிறார். இது தற்காலிகமானதுதான், வங்காள அகதிகள் மீண்டும் மேற்கு

வங்கத்திற்கு அழைத்து வரப்படுவார்கள் என்று அவர்கள் கூறுகிறார்கள். அவர்கள் நம்பிக்கையுடன் பேசுகிறார்கள். 'தோழர்களே, இது விரைவில் நடப்பதை உறுதி செய்வோம். அகதிகள் சுந்தரவனத் தீவுகளில் குடியேற்றப்படுவார்கள். ஆனால் இப்போதைக்கு நீங்கள் தண்டகாரண்யத்துக்குச் செல்ல வேண்டும்.

***

இறைச்சிக் கூடங்களுக்காகக் கூட்டிவரப்படும் மாடுகளைப் போலக் கழுவப்படாத உடல்களின் துர்நாற்றம் லாரிகளில் நிரம்புகிறது. குழந்தைகள் வீறிடுகிறார்கள். ஆண்களும் பெண்களும் ஆத்திரத்துடனோ அழுகையுடனோ அமர்ந்திருக்கிறார்கள். புதிய புண்களிலிருந்து கருப்பு நிற ரத்தம் சொட்டச் சொட்ட அறியாத நிலங்களில் முடிவில்லாமல் சென்றுகொண்டிருக்கிறார்கள். உண்ணவும் மலம் கழிக்கவும் உணவகங்கள் மற்றும் தரிசு நிலங்களுக்கு அருகில் அவர்களை ஏற்றுச் செல்லும் லாரிகள் ஒரு நாளைக்கு மூன்று முறை நிற்கின்றன. 'விலங்குகளை ஒரு தொழுவத்திலிருந்து இன்னொரு தொழுவத்திற்குக் கொண்டு செல்கிறார்கள்,' என்கிறார் சுக்சந்த்.

பகல்கள் முடிந்து இரவுகள் தொடங்க, இரவுகளோ அவர்கள் மற்றுமொரு அகதி முகாமை அடைவதற்குள் முடிவற்ற சுழற்சியாக சென்றுகொண்டிருக்கிறது.

மல்கன்கிரி.

வால்மீகி ராமாயணத்தின்படி ராமன் தனது மனைவி சீதை மற்றும் சகோதரர் லட்சுமணனுடன் பதிமூன்று நீண்ட வருடங்கள் இந்தக் காடுகளில் வாழ்ந்தார். இங்கிருந்துதான் சீதையை இலங்கை மன்னன் இராவணன் கடத்திச் செல்ல அது ஒரு காவியப் போருக்கு வழிவகுத்தது.

இவர்கள் கூடாரங்களுக்குச் செல்ல முகாம் அதிகாரிகள் அவர்களை வாழ்த்துகிறார்கள். எப்பொழுதும் மந்தைகளை எண்ணும் சலிப்படைந்த மேய்ப்பன் சிறுவன்களைப் போல அதிகாரிகள் இம்மனிதர்களுக்கு விரைந்து எண்ணிடுகிறார். அகதிகள் மீண்டும் எண்களாக மாறுகிறார்கள். அவர்களுக்கு இங்கேயும் பணப்படி கொடுக்கப்படும் ஆனால் அதற்கு

அவர்கள் வேலை செய்யவேண்டும் என்று கூறப்படுகிறது. மேலும் யாராவது தப்பி ஓட முயன்றால் அனைவருக்கும் பணப்படி குறைக்கப்படும். 'இன்னிக்கு அவ்வளவுதான், இப்போ வீட்டுக்குப் போ,' என்று ஒரு அதிகாரி குரைக்கிறார்.

'வீடு!' சுக்சந்த் சிரிக்கிறார். 'ஆமாமாம் வீடுதான்!'

அந்த இடம் இருண்டும் சஞ்சாரமற்றும் இருக்கிறது. அங்கே கேட்கும் ஒரே சத்தம் கூழாங்கற்களின் படுகையின் மேல் பாயும் தம்சா நதியின் ஓசை மட்டுமே. கூடாரங்களுக்குப் பின்னாலிருக்கும் அடர்ந்த காடு அதற்கப்பால் இருக்கும் அனைத்தையும் பார்வையிலிருந்து தடுக்கிறது. இங்குதான் நிலம் முடிவடைகிறது. இது அவர்களின் புதிய வீடு: கிராம எண் ஆறு, மல்கன்கிரி.

***

வேலை நாட்கள் இங்கு சீக்கிரம் தொடங்குகின்றன. நாகலிங்கம், இலுப்பை, மற்றும் இதர சிறிய பெரிய மரங்கள், பெயரிடப்படாத மரங்கள் - அனைத்தையும் வெட்ட வேண்டும். பீடி இலைகளை அரைக்க வேண்டும். ஒரு நாளைக்கு ஆயிரம் இலைகளை அரைத்தால் இரண்டு ரூபாய் கிடைக்கும்.

மரங்களை வெட்ட அவர்கள் காட்டுக்குள் ஆழமாகச் செல்ல வேண்டும். கரடிகள் திடீரென்று வரும். காட்டு குரங்குகள் உயரமான கிளைகளிலிருந்து கீழே பாய்ந்து குதிக்கும். அவர்கள் வந்த ஒரு வாரத்தில் கோபமடைந்த குரங்கு ஒன்றால் சுக்சந்த் மிக மோசமாகக் காயப்பட்டிருந்தார். அவர் காட்டுக்குள் இன்னும் தூரமாகச் சென்றிருக்கிறார். தரையில் பாம்புகள் நெளிய புதர்களுக்குப் பின்னால் புலிகள் பதுங்கியிருக்கின்றன. ஆண்கள் ஒருவருக்கொருவர் அரணாக கூட்டமாகச் செல்கிறார்கள். பெண்கள் சமைத்து, சுத்தம் செய்து, முன்புபோல் கூடாரங்களைச் சுற்றி மரக்கன்றுகளை நட்டவாறு ஆண்கள் பத்திரமாகத் திரும்புவதற்காகப் பிரார்த்தனை செய்கிறார்கள்.

'ராமனையோ சீதையையோ ஏன் புலிகள் தாக்கல? அவங்களும் காட்டுக்குள்ளதான பதினாலு வருஷம் இருந்தாங்க?' என்று ஒரு குழந்தை ஒரு நாள் தன் பாட்டியிடம் கேட்கிறது. 'ராமனை

புலிங்க தாக்கியிருந்தா ராவணனை யாரு கொன்னிருப்பாங்க?' அவள் யாரும் மறுக்கவியலாத தர்க்கத்துடன் பதில் அளிக்கிறாள்.

மல்கன்கிரியில் அமைதியை வாங்க லஞ்சம் ஒரு துரிதமான வழி. சுக்சந்திற்கு இது தவறு என்று தெரியும், ஆனால் தங்கள் பணப்படியை சரியான நேரத்தில் பெற லஞ்சம் கொடுத்தாக வேண்டும். பயிர்களை வளர்க்க லஞ்சம் கொடுக்க வேண்டும், அவர்கள் முகாமிற்கு மருத்துவர் வரவேண்டுமென்றால் அதற்கும் லஞ்சம் கொடுக்க வேண்டும். இங்கு ஒருவர் உயிருடன் இருக்கக்கூட லஞ்சம் கொடுக்க வேண்டும் போல.

முகாமில் விரைவில் இரவுகள் தொடங்குகின்றன. எலும்பு முறிவதுவரை வேலைப்பார்த்து களைத்திருக்கும் பசிகொண்ட காதலர்கள் யாருக்கும் கேட்டுவிடுமோ என்ற பயத்துடன் இருளில் முனகுகிறார்கள். அவர்களின் காதல் முனகல்கள் வெற்றிடம் சூழும் முகாமின் மற்றொரு இரவுக்கு உயிரூட்டுகிறது.

***

சுக்சந்தின் கூடாரத்திற்கு வெளியே சில சலசலப்புகள் கேட்கின்றன. நபகுமாரின் தாய் அவனை கடுமையாக ஏச, சிலர் அதை இளிப்புடன் பார்த்துக்கொண்டு நிற்கிறார்கள். 'நீ தினம் காட்டுலபோயி ஒத்திட்டிருக்கும் பொண்ணையே ஏன் கல்யாணம் பண்ணிக்க கூடாது? மூஞ்சியப்பாரு, நீ என்ன செய்யறேனு எனக்குத் தெரியாதுனு நெனச்சியா? வயசானவள இன்னும் எவ்ளோ நாளைக்கு உனக்கு சமச்சுபோடவும் சுத்தம் செய்யவும் வெக்கப்போற? என் வாழ்க்க எல்லாம் உங்கப்பனுக்கு அடிம வேல பாத்தேன். இப்ப அந்தாளு போயிட்டான். ஆனா இன்னும் நான் உனக்கு வேல செஞ்சிட்டிருக்கேன்.' நபகுமார் அவள் அருகில் அவமானத்தில் கன்னம் சிவக்க அமர்ந்திருக்கிறான்.

பௌந்தரின் சகோதரிக்கும் (பௌந்தரின் சகோதரி என்பதே அவளுடைய அடையாளமாகிவிட்டது) நபகுமாருக்கும் இடையே ஏதோ இருக்கிறது என்பது காலனியாட்களுக்குத் தெரியும். பௌந்தரின் தாயார் அவர்களின் விவகாரம் குறித்து நபகுமாரின் தாயிடம் புகார் செய்ய அது அக்கிழவியைக் கோபப்படுத்திவிட்டது. பெண்ணைப் பெற்றவளுக்கு எவ்வளவு தைரியம் இருந்தால் இதைக் குறித்து கிழவியிடம் பேசுவாள்!

இவளுக்குதானே அதிக அதிகாரம், பையனின் தாயாக இருப்பதால். முகாமில் இருந்த வேறு ஒரு பெண்ணை தன் மகனுக்குத் திருமணம் செய்து வைக்க அவள் ஏற்கனவே முடிவு செய்திருக்கிறாள். ரங்காவிடம் அவள் சுக்சந்திடம் இதைப் பற்றி பேசப்போவதாகச் சொல்கிறாள். ரங்கா புன்னகைக்கிறாள். கவிஞன் ரூப்சந்த் பாடுகிறார்:

ஒவ்வொரு முறையும் என்னை காப்பாற்றும் நீ யார்?
என்னால் ஏன் உன்னைப் பார்க்க முடியவில்லை,
என்னுடையதாக்க முடியவில்லை?

அய்னமோதி தன் வெட்கத்தை மறைக்கிறாள். பல நாட்களுக்குப் பிறகு அவள் முகத்தில் தெரியும் மகிழ்ச்சியை ரங்கா காண்கிறாள். கணவனை காய்ச்சலுக்குப் பறிகொடுத்ததிலிருந்து அய்னமோதி சோகத்தின் உருவாகக் காட்சியளித்தாள். ரூப்சந்தின் இசை அவள் கண்களை உயிர்ப்பித்தது. 'ரெண்டு பேருக்கும் நடுவில ஏதாவது இருக்குதா?' ரங்கா வியக்கிறாள்.

***

பழைய பழக்கங்கள். சுக்சந்த் மீண்டும் கற்பிக்கத் தொடங்கினார். அவருடைய சம்பளம் முன்பு போல் ஒரு மாதத்திற்கு எழுபது ரூபாய். முகாமிற்கு அருகில் உள்ள ஒரு பெரிய மரத்தின் நிழலை அவர் தனது வகுப்பறையாகத் தேர்ந்தெடுத்துள்ளார். இங்கிருந்து நீங்கள் தொலைவில் பார்க்கலாம் - ஆற்றிற்கு அப்பால், மலைகளுக்குக் கீழே. பழங்குடியினரின் குடிசைகள் அங்கே இருந்தன; அவர்கள் நல்ல விளைச்சல் நிலத்தில் வாழ்கின்றனர். பாறைகளைக்கொண்ட தரிசு நிலத்தில் முகாம் அமைக்கப்பட்டுள்ளது. மழை பெய்தாலும் நிலம் உயிர்க்காது. சிறியதும் பெரியதுமாக கூழாங்கற்களையும் பாறைகளையும் அகற்றி ஆண்கள் ஆழமாகத் தோண்டுகிறார்கள். அரிசியையும் எள்ளையும் வளர்க்க விவசாயம் அறிந்தவர்களாக தங்களுக்குத் தெரிந்த தந்திரங்களையெல்லாம் பயன்படுத்துகின்றனர். நோய்வாய்ப்பட்ட குழந்தையை ஆரோக்கியமாக மீட்டுக் கொண்டு வர முயலும் தாயைப் போல அவர்கள் இந்த நிலத்தை மீட்டெடுக்க முனைகிறார்கள்.

பழங்குடியினர் அவர்களிடம் பேச வருகிறார்கள், ஆனால் இவர்களின் மொழியை அவர்களால் புரிந்துகொள்ள

முடியவில்லை. கோபமான கண்களுடன் குட்டையான, கருமையான மனிதர்கள் அர்த்தமில்லாமல் நீளமாகப் பேசுகிறார்கள். முகத்தைக் கோணலாக்கி கத்தியபடி தரையில் மிதிக்கிறார்கள். அகதிகளின் விவசாய நடவடிக்கைகள் அவர்களுக்குப் பிடிக்கவில்லை என்று தெரிகிறது.

மறுநாள் காலையில் அவர்களுடைய பாதி பயிர்கள் காணாமற்போகின்றன. இரவில் யாரோ விளைபொருட்களையெல்லாம் களவாடிச் சென்றுவிட்டனர். பல மாத கடும் உழைப்பு வீணாகிவிட்டது. முகாமில் அமைதியின்மை நிலவுகிறது; இளைஞர்கள் பழிவாங்க நினைக்கிறார்கள். அவர்கள் ஆற்றைக் கடந்து சென்று பழங்குடியினருக்கு ஒரு பாடம் கற்பிக்க விரும்புகிறார்கள் ஆனால் சுக்சந்த் இவை எதையும் அனுமதிக்கவில்லை. இரவில் வயல்களைப் பாதுகாக்க மாறி மாறி அவர்கள் காவலுக்கு இருக்கவேண்டும் என்று அவர் கட்டளையிடுகிறார். இது எளிதான காரியமாக இருக்கப்போவதில்லை. புலி பயம் இருப்பதால் நெருப்பை மூட்டி உரத்த குரலில் பேசிக்கொண்டிருக்கிறார்கள்.

***

பூஷ் மேளா. வங்காளத்தில் இருந்தபோது இது ஒரு பெரும் கொண்டாட்டமாக அவர்களுக்கு இருந்தது. இங்கும், அருகிலுள்ள முகாம்களில் இருந்த வங்காள அகதிகள் தூரத்தில் ஒரு கூடாரத்தை அமைத்திருக்கின்றனர். கோபியர் பாடல்களை நாள் முழுவதும் பாடுகிறார்கள். இரவில் படக்காட்சியொன்றை ஏற்பாடு செய்கிறார்கள்: சிதார் பனபாஸ் (Sitar Banabas), சீதாவை வெளியேற்றுதல்.

அன்றிரவு பௌந்தரின் சகோதரி காணாமல் போகிறார். சிதார் பனபாஸைப் பார்த்துவிட்டுச் சென்றவள் வீடு திரும்பவில்லை. பௌந்தரும் நபகுமாரும் இன்னும் சிலரும் அவளைத் தேடிச் செல்கிறார்கள். காட்டில் வேலை செய்துகொண்டிருந்த சுக்சந்தைத் தேடி யாரோ செல்கிறார்கள். இரண்டு குழுக்களாகப் பிரிந்து காடுகளுக்கு உள்ளே சென்று தேடுகிறார்கள். அவள் எங்கே சென்றிருக்க முடியும்?

பலத்த அலறல் சத்தம் கேட்கிறது. காடுகளின் ஒரு மூலையில், அடர்ந்த புதருக்குள், பௌந்தரின் சகோதரி தனது இறந்த கண்களில் உறைந்த திகிலுடன் நிர்வாணமாகப் படுத்திருக்கிறாள். அவளது உதடுகள் பிய்த்தெடுக்கப்பட்டு மார்பகங்கள் சிதைந்து கால்கள் பிறாண்டப்பட்ட காயங்களுடன் இருக்கின்றன.

சிவப்பான கோடுகள் அவளது வெளிறிய தோலில் உடல்முழுவதும் தென்படுகின்றன. அவளது தொடைகளைச் சுற்றி இரத்தம் கருப்புக் குட்டையாகத் தேங்கியிருக்க அதில் சிவப்பு எறும்புகள் நீந்துகின்றன.

பௌந்தரின் தாய் அந்த இடத்தை அடைகிறார். முகம் இறுக, கண்கள் இரத்தப்பிழம்பாக இயலாமையிலும் கோபத்திலும் பெருங்குரலெடுத்து அலறுகிறார். அக்கதறல் அவளைச் சுற்றியுள்ள ஆண்களின் காதுகளை செவிடாக்க அவர்கள் கொலை வெறிக்குத் தள்ளப்படுகிறார்கள்.

வலுவிழந்து கால்கள் ஒடிய நடந்துவரும் சுக்சந்த் இயலாமையில் கதறுகிறார். அவர் ஒரு லத்தியை எடுக்க, மற்றவர்கள் தங்கள் கைகளில் எது கிடைக்கிறதோ அதை எடுத்துக்கொள்கிறார்கள். ஜீப்பில் முகாமிற்குத் திரும்பிச் செல்லும் அதிகாரிகளை நோக்கி விரைகிறார்கள். அதிகாரிகள் அந்த மனிதர்களின் கண்களில் தென்படும் கொலைவெறியைப் பார்த்து ஜீப்பில் இருந்து குதித்து உயிருக்கு பயந்து தப்பி ஓடுகிறார்கள். அவர்கள் விட்டுவிட்டு ஓடிய ஜீப்பும் முகாம் அலுவலகமும் தீக்கிரையாக்கப்படுகின்றன. தங்கள் வழியில் இடையூறாக இருப்பதை எல்லாம் அவர்கள் வீழ்த்துகிறார்கள்.

பௌந்தரின் சகோதரியைக் கொன்றது பழங்குடியினரா அல்லது இந்த அதிகாரிகளா என்று அவர்களுக்குத் தெரியாது. அவர்கள் அதுகுறித்து கவலைப்படவுமில்லை. அவளுக்காக அவர்கள் நிச்சயம் பழிவாங்குவார்கள்.

***

சுக்சந்த் ஒரு மாதம் சிறையில் கழிக்கிறார். முகாம் வன்முறை பற்றிய செய்திகள் கிழக்கு திசையில் பயணிக்கிறது. கல்கத்தா பத்திரிகைகள் அவரைப் பார்க்க வருகின்றன. பத்திரிகையாளர்கள் அவர் பேசும்போது சிறு குறிப்பேடுகளில் குறிப்புகளை பதிவு செய்கிறார்கள். ‘நீங்கதான் கல்கத்தாவோட

ஹீரோ, ஐயா. தண்டகாரண்யத்துல பெங்காலி பேசும் அகதிகளோட தலைவரா உங்க படத்ததான் பல செய்தித்தாள்ல முதல் பக்கத்துல பிரசுரிச்சிருக்காங்க.' முகாம் பள்ளியில் சிறுவர்கள் தாம் என்ன பேசுகிறோம் என்று தெரியாமல் பேசும்போது அவர் புன்னகைப்பதைப்போல் இப்போது புன்னகைக்கிறார்.

சில இடதுசாரி தலைவர்கள் தண்டகாரண்யத்திற்கு நீண்ட பயணம் மேற்கொண்டு வந்திருக்கின்றனர்; ஜோகேஸ்வர் திஹி இடைக்கால முகாமில் இருந்து வெளியேற்றப்பட்ட போது சுக்சந்த் இவர்களில் சிலரை சந்தித்திருக்கிறார். நீங்கள் எங்கள் கட்சியில் சேர வேண்டும், உங்களைப் போன்ற தலைவர்கள் எங்களுக்குத் தேவை என்று கூறுவார்கள். சுக்சந்த் மீண்டும் புன்னகைப்பார். பல முக்கியப் பிரமுகர்கள் அவரைப் பார்க்க வருவதால் அவரை விடுவிக்க நிர்பந்தம் ஏற்படுகிறது. சுக்சந்திற்கு ஜாமீன் கிடைக்கிறது.

***

சுக்சந்த் தனது குடிசையிலிருந்து புன்னகைத்துக்கொண்டே வெளியே வருகிறார். நிலைமை இப்போது பரவாயில்லை. சிறையில் கழித்த காலத்தில் இருந்த தாடியை இன்னும் வைத்திருக்கிறார். அவருடைய சம்பளம் உயர்ந்துள்ளது. அவர் மீண்டும் ஒரு தந்தையாகிவிட்டார். அகதிகளின் 'நலனுக்காக' இப்போது இன்னும் நிறைய அதிகாரிகள் நியமிக்கப்பட்டுள்ளனர். அடிக்கடி சோதனைகள் மேற்கொள்ளப்படுகின்றன, யாராவது தொலைந்து போயிருக்கிறார்களா என்று சோதிக்க பலமுறை பெயர் அணிவகுப்புகள் நடத்தப்படுகின்றன. யாருக்காவது ஒரு சிறிய அசௌகரியம் என்றாலும் உடனே மருத்துவர்கள் ஓடி வந்து தங்கள் காதுகளில் ஸ்டெதஸ்கோப்புகளை வைத்து பரிசோதிக்கிறார்கள். சுக்சந்திற்கு அவர்களின் நடத்தையில் ஏற்பட்டிருக்கும் மாற்றத்திற்கான காரணம் தெரியும்: தேர்தல் நெருங்குகிறது. அகதி முகாமில் சலசலப்பை யாரும் விரும்பவில்லை.

நல்ல நாட்கள் என்பனகூட ஏமாற்றமும் துரோகமும் நிறைந்ததுதான். தேர்தலுக்கு ஒரு வாரம் கழித்து, இருள் கவிழ்ந்திருந்த நாள் ஒன்றில் கழுகுகள் வட்டமிட பழங்குடியினர்

அமில மழை போல பொழிகிறார்கள். அவர்களது நிலத்தில் தொந்தரவு தரும் இந்த அந்நியர்களின் வன்முறையை அவர்கள் மன்னிக்கவில்லை. இந்த பூர்வகுடிகள் இயற்கையால் உரமேறியவர்கள். பயமோ இரக்கமோ அற்ற மனிதர்கள். கரடி, புலி, பாம்புகளுடன் சண்டையிட்டு, கிழங்குகளையும் நத்தைகளையும் உண்பவர்கள். இவர்களிடம் யாரும் மல்லுக்கட்டக்கூடாதுதான். ஆனாலும் அகதிகள் தங்கள் பலம்கொண்ட மட்டும் போராடுகிறார்கள். சிவந்த பூமி சிந்தும் ரத்தத்தினால் மேலும் சிவப்படைகிறது.

ஒரு பழங்குடி அய்னமோதியின் கூடாரத்திற்குள் நுழைய முயற்சிக்க, ரூப்சந்த் அவரை தனது தோதாராவால் (தம்புரா போன்ற ஓர் இசைக்கருவி) தாக்குகிறார். கையில் கிடைக்கும் எதுவும் ஆயுதம்தான். சுக்சந்த் ஒரு குச்சியை எடுக்கிறார். தோலககா தனது மண்வெட்டியை எடுக்கிறார். ரங்கா அவளுடைய அடுப்பங்கறை கத்தியை எடுக்கிறாள். எங்கும் இரத்தம்.

அந்த இரவு, நட்சத்திரங்களற்ற வானத்தின் கீழ் உடைந்த எலும்பும் கட்டு போட்ட தலைகளுமாக முகாம்வாசிகள் கூட்டம் கூட்டுகின்றனர். ‘சுக்சந்த், நாம இங்கிருந்து போகலாம்,’ என்று கேம்ப் பெரியவரான தோலககா கூறுகிறார். ‘இதுக்கு பாகிஸ்தானே பரவாயில்ல.’ அவர்கள் இரவெல்லாம் பேசுகிறார்கள். ‘நாம திரும்ப வங்கத்துக்கு போவோம். பத்தாண்டுக்கு மேல ஆகிடுச்சு இங்க வந்து. நாம அங்கதான் போகனும், அதுதான் நம்மோட இடம்.’

மேற்கு வங்கத்தில் புதிய அரசு ஆட்சிக்கு வருகிறது: இடது முன்னணி அரசு. அவர்களின் அரசாங்கம். பரிச்சயப்பட்ட முகங்களை செய்தித்தாள்களில் பார்த்திருக்கிறார்கள். அமைச்சர்களின் முகங்கள். துன்ப காலத்தில் அவர்களுக்கு நம்பிக்கையை அளித்த முகங்கள். இவர்கள் வங்காளத்திற்கு நிச்சயம் திரும்பிச் செல்ல வேண்டும். ‘அங்கயே போயிடலாம், சுக்சந்த்.’

தங்களால் முடிந்ததை எடுத்துக்கொண்டு இரவில் தப்பிக்க சரியாகத் திட்டமிட மாதங்கள் கடக்கின்றன.

***

துணை ராணுவத்தினர் (CRPF) முகாமில் இருந்த ஒரு பெண்ணை கொண்டுசென்றனர். பௌந்தரின் சகோதரியைப் போலல்லாமல் அந்த இரவு நடந்த கொடுமைகளைச் சொல்ல அவள் உயிருடன் இருந்தாள். மாறி மாறி அவளை பாலியல் பலாத்காரம் செய்தபிறகு காலையில் அவளைக் கொண்டுவந்துவிட்டனர். முகாம் வாசிகள் எதிர்ப்புத் தெரிவிக்க அங்கு சென்றதும் அவர்களை லத்தியால் அடித்து மீண்டும் முகாமுக்கே துரத்திவிட்டனர். சுந்தரவனத் தீவுகளில் இருக்கும் மரிச்ஜாப்பியைப் பற்றி சிலர் பேசுகிறார்கள். மற்ற முகாம்களில் இருந்து சிலர் ஏற்கனவே சென்று சுந்தரவனத்தில் புதிய வாழ்க்கையைத் தொடங்கிவிட்டனர். துரோணபால், மாத்ரி, காங்கேர், தம்தாரி, பரல்கோட் ரயில் நிலையங்கள் கடந்து செல்கின்றன. அவர்கள் எங்கிருந்து வந்தார்களோ அங்கேயே மீண்டும் திரும்பிச் சென்று மனா முகாமில் இருந்த அகதிகளுடன் சேர்கின்றனர்.

***

1978. ஹௌரா நிலையம். பெயர் தெரியாத ஆண்களும் பெண்களும் ரயில் மேடையில் அமர்ந்திருக்கிறார்கள். வாக்குறுதிகள் நிறைவேற்றப்படும் வரை அவர்கள் இங்கே காத்திருப்பார்கள். அமைச்சர்கள் வரும் வரை அவர்கள் காத்திருப்பார்கள். ஆனால் அதற்கு பதிலாக கண் கூசும் விளக்குகளும் கேள்விகளும்தான் வருகின்றன: நீங்கள் ஏன் திரும்பி வந்தீர்கள்? ஏன் இவ்வளவு பெரிய எண்ணிக்கையில் வந்தீர்கள்?

இந்தச் செய்தியாளர்களுக்கு சுக்சந்த் என்ன சொல்ல வேண்டும்? பௌந்தரின் சகோதரியைக் குறித்தா, சச்சினைக் குறித்தா, அல்லது பழங்குடியினரிடம் சண்டையிட்டு உயிரையும் உறுப்புகளையும் இழந்த மனிதர்களைப் பற்றியா அல்லது வெறுப்பை மட்டுமே கொடுத்த இடத்தை தங்கள் வீடாகக் கருதி மேற்கொண்ட முயற்சிகள் எல்லாம் தோல்வியடைந்ததை விவரிக்க வேண்டுமா? அவரால் இவ்வாறு முணுமுணுக்கத்தான் முடிகிறது: 'நாங்க செத்தாலும் இங்கதான் சாவோம். வேற எங்கையும் போக மாட்டோம்.'

அவர் சிறையில் இருந்தபோது அந்தத் தலைவர் அவரிடம் சொன்னதை அவர் நினைவு கூர்ந்தார்: 'நீங்க வங்காளத்துக்குத் திரும்பும்போது, அஞ்சு கோடி மக்கள் பத்து கோடி கைகளை நீட்டி உங்களை வரவேற்பார்கள்.

அந்த கைகள் எங்கே சென்றன?

ஒவ்வொரு நாளும் சூரியன் மறைகிறது, அவர்களின் நம்பிக்கைகள் சிதறடிக்கப்படுகின்றன. சாதியற்ற மற்றும் வர்க்கமற்ற விளிம்பு நிலை மக்களுக்கான அரசாங்கம், புதிய இடது முன்னணி அரசாங்கம் எந்த ஆதரவையும் வழங்கவில்லை. மறுவாழ்வு என்பது ஒரு தொலைதூர கனவு, பணப்படியும் நிறுத்தப்படுகிறது. வயிறு பசிக்க, தங்கள் தலைவிதியால் விரக்தியடைந்த ஆண்களும் பெண்களும் அழுக்காடைகளுடன் ஒரு பெரிய ஊர்வலமாக ராஜ்பாத்துக்கு அணிவகுத்துச் செல்கிறார்கள். காக்கிகள் வந்து அவர்களை லத்தியால் அடிக்கிறார்கள். 'பிச்சைக்காரங்களா, திரும்பிப் போங்க! உங்க முகாமுக்கே திரும்பிப் போங்க.'

அவர்கள் மீண்டும் ஸ்டேஷனுக்கு வர, அவர்களுடைய உடைமைகள் சிறிய மூட்டைகளில் அடைக்கப்பட்டிருக்கின்றன. யாருடைய உதவியுமில்லையென்றாலும் தாங்களாகவே மரிச்ஜாப்பிக்குச் செல்வதாக அவர்கள் உறுதியுடன் மனதில் தீர்மானித்துக்கொள்கிறார்கள். அவர்கள் இரவு நேர இரயிலில் பராசத்துக்குச் செல்கிறார்கள்.

மரிச்ஜாப்பிக்கு அங்கிருந்து சில மணிநேரங்களாகும் என்று அவர்களிடம் கூறப்பட்டிருந்தது. பராசத் நிலையத்தில் ஆயுதம் ஏந்திய காவலர்கள், கண்களை இடுக்கிப் பார்த்துக் கொண்டிருக்கிறார்கள். சுக்சந்தின் அருகில் மனா முகாமைச் சேர்ந்த மலிவான சாராயத்தால் கண்கள் சிவந்த ஒரு சாது, 'ஜெய் மா காளி!' என்று கர்ஜிக்கிறார்.

அவர்களுக்கு மேலும் செல்ல வலிமையோ ரயில் டிக்கெட் வாங்க பணமோ இல்லை. பெண்கள் நடைபாதைகளில் அமர்ந்து செங்கற்களை அடுக்கி அடுப்பாக்கி காய்ந்த கிளைகளை உள்ளே வைத்து நெருப்பை மூட்டுகிறார்கள்; சிறு குழந்தைகளுக்குப் பசி. கொஞ்சம் வேகவைத்த அரிசி போதும். போலிஸ் ஒரு பெண்ணின் உடைமைகளைப் பறிக்க முயல்கிறான், ஆனால்

அவள் அவனைத் தன் பலம்கொண்ட மட்டும் எதிர்க்கிறாள். அவன் அவளை கடுமையாக உதைக்கிறான். அடுப்பில் பாதி வெந்துகொண்டிருக்கும் அரிசி நடைபாதையில் சிதறுகிறது, அப்பெண் பயந்து பின்வாங்குகிறாள். சிவந்த கண்களுடன் சாது கர்ஜித்தவாறே தனது திரிசூலத்தால் போலிஸ்காரனின் தொடையைத் துளைக்கிறார். அரிசி மீது இரத்தத் துளிகள் தெரிக்கின்றன.

அகதிகள் மீது கண்ணீர் புகையும் லத்தி அடிகளும் பொழிய, ரங்கா மற்றும் குழந்தைகளுடன் நடைபாதையிலிருந்து ஓடுகிறார் சுக்சந்த். அலறல்களும் துப்பாக்கிச் சூடுகளும் இரவு வானத்தை நிரப்புகின்றன. வயலுக்குள் ஒளிந்துகொண்டு குளிரில் அவர்கள் இரவைக் கழிக்கிறார்கள். அவர்கள் மீண்டும் எங்காவது செல்ல வேண்டும்.

***

ஹஸ்னாபாத். இங்கே, பத்து வருடங்களாக வறண்ட நிலத்தில் வாழ்ந்துவிட்டு இப்போது வீடற்று அலைபவர்களுக்கு மண் வாசம் மூக்கைத் துளைக்கிறது. தொலைவில் கடலில் சிறிய மண் தீவுகள் விரவிக் கிடக்கின்றன. பத்மா நதி முத்தமிடும் தங்கள் வீடிருந்த நிலத்தை நினைத்துப் பார்க்கிறார்கள். அன்றைய கடுமையான வெயில் அவர்களின் கனவுகளை உறிஞ்சுகிறது. இரவு நடந்த வன்முறையில் தோலககாவின் மனைவியும், ரூப்சந்தும், அய்னமோதியும் காணவில்லை. சிலர் கைது செய்யப்பட்டுள்ளனர். சிலர் காணாமல் போயுள்ளனர். ஆனால் ரயில்களில் இன்னும் அதிகமான மக்கள் வருகிறார்கள். அவர்களைப் போன்ற மக்கள்; தண்டகாரண்யத்தில் உள்ள பல்வேறு முகாம்களில் இருந்து வரும் வங்காள அகதிகள்.

அவர்கள் டிக்கெட்டுகள் இல்லாமல் ரயிலில் ஏறி, பாக்னா, குமீர்மரி, கோலகாச்சியா ஆறு, மற்றும் மிகச் சிறிய புஞ்சலியைக் கடந்து, நிலம் முடிவடைந்து கடல் தொடங்கும் ஒரு ரயில் நிலையத்தில் இறங்குகிறார்கள். ஆழமாக சுவாசித்து நுரையீரலில் உப்புக்காற்றை நிரப்பிக் கொள்கிறார்கள். மரிச்ஜாப்பி ஒரு படகில் செல்லும் தூரம்தான்.

ஆனால் அவர்கள் படகுகளை வாடகைக்கு எப்படி எடுப்பார்கள்? மரிச்ஜாப்பியில் அவர்களுக்கு சாப்பிட என்ன

கிடைக்கும்? எவ்வாறு குடியிருப்பைக் கட்டி, நிலத்தை உழுது, பயிர்களை வளர்ப்பார்கள்? இதற்கெல்லாம் பணம் எங்கிருந்து வரும்? அவர்கள் தற்போது தங்கியிருக்கும் இடத்தில் வேலை பார்த்து, பணம் சேமித்து, மரிச்ஜாப்பிக்குத் தங்கள் பயணத்தை மேற்கொள்ள சுக்சந்த் முடிவு செய்கிறார்.

அவர்கள் பிச்சைக்காரர்களைப் போல கிராமங்களுக்குள் அலைகின்றனர்.

சுக்சந்த் உழவனாக வேலை செய்கிறார். பூமியை சமன் செய்து, கற்களை அகற்றி, நிலத்தை பயிர்கள் வளர்க்க ஏற்றதாக ஆக்குகிறார். நல்ல வருமானம் கிடைக்கிறது. நில உரிமையாளர் எனாமுல் ஹக் நாளொன்றுக்குத் தரும் ஐந்து ரூபாய் குடும்பத்திற்கான ஒருவேளை உணவை வாங்குவதற்குப் போதுமானது. வேலை முடிந்த பிறகு, எனாமுல் கொடுப்பதற்காக தனது சில்லறைகளை எண்ண, சுக்சந்த் நன்றியுடன் முதுகு வளைந்து கும்பிடுகிறார். நன்றியை வெளிப்படுத்துவதும் முதலாளியிடம் நல்லபேர் வாங்குவதும் முக்கியம். இந்த வேலையை பறித்துக்கொள்ள இன்னும் நிறைய பசித்த கைகள் தயாராக இருக்கின்றன.

ரங்காவிற்கு உள்ளூர் பீடி தொழிற்சாலையில் வேலை கிடைக்கிறது.

அதிகாலையிலேயே கிளம்பி குழந்தைகளை அருகில் வைத்துக்கொண்டு மாலை வரை வேலை செய்கிறாள். வேலை முடிந்ததும் அக்குடும்பம் ரயில் நிலையத்திற்கு வெளியே இருக்கும் ஒரு பெரிய மரத்தின் கீழே சந்திக்கிறது. தலைக்கு மேலே ஒரு தகரக் கொட்டகை கூடக் கிடையாது. இது ஆடம்பரத்தை யோசிப்பதற்கான நேரம் அல்ல; அவர்கள் ஒவ்வொரு பைசாவையும் சேமித்தாக வேண்டும். அவர்களைச் சுற்றி இன்னும் பல மரங்களும், அந்த மரங்களுக்குக் கீழே மற்ற குடும்பங்களும் இருக்கின்றன. அனைவரும் கிழக்கு பாகிஸ்தானில் இருந்து வந்த அகதிகள், இடைக்கால முகாம்களில் இருந்து தப்பி ஓடி வந்தவர்கள். மரிச்ஜாப்பிக்கு இடம்பெயர காத்திருக்கிறார்கள்.

பத்திரிகையாளர்கள் இங்கேயும் வந்து அவர்களை ஈ மாதிரி மொய்க்கிறார்கள். அகதிகள் ஒவ்வொரு நாளும் கல்கத்தா

செய்தித்தாள்களின் முதல் பக்கங்களில் இடம்பெறுகிறார்கள். ‘அகதித் தாய் ஒருவர் ரயிலிலிருந்து கீழே இறங்குகிறார். கைகளில் இறந்த குழந்தை. அவள் முகத்தில் கண்ணீர் இல்லை.’

இன்னொரு பத்திரிகை: ‘ஹஸ்னாபாத்தில் மரத்தில் தொங்கிய நிலையில் உடல் கண்டுபிடிக்கப்பட்டது! கொல்லப்படுவதற்கு முன்பு அவள் கற்பழிக்கப்பட்டாளா?’ அது அய்னமோதி.

அகதிகளில் ஒருவரான உபன் தனது முதலாளியிடமிருந்து பணத்தைத் திருட முயன்ற போது மாட்டிக்கொண்டார். அவர் சிறைக்கு அனுப்பப்படுகிறார். அவரது இளம் மனைவி தன்னை முதலாளிக்கு விற்றுள்ளார். வன்முறை கட்டவிழ்த்துவிடப்பட்ட அன்றிரவு ரயில் நிலையத்தில் அவர்களின் சிறிய குழந்தை காணாமல் போகிறது; அவளால் தன் குழந்தையை மீண்டும் கண்டுபிடிக்க முடியுமா? ஆனாலும் உபன் மகிழ்ச்சியாக இருக்கிறார். சுக்சந்த் அவரை சிறையில் பார்க்கச் செல்லும்போது லாக்கப் போன்றாவது இருக்க ஓர் அறை இருப்பதாலும் தினமும் உணவு கிடைப்பதாலும் சிறையே பரவாயில்லை என்கிறார். அவர் வேறு என்ன இன்னும் எதிர்பார்க்க முடியும்? ‘தாதா, நம்ம மக்கள மரிச்ஜாப்பிக்கு அழைச்சிட்டுப் போயிடுங்க. என்ன இவங்க ரிலீஸ் பண்ணும்போது நானும் உங்ககூட சேர்ந்துக்கறேன்.’

***

சுக்சந்த் இச்சாமதி நதியின் அகன்ற பரப்பைப் பார்க்கிறார். தூரத்தில் இருந்து அவரைப் பார்த்தால் அழுக்காலும் ரத்தத்தாலும் மூடப்பட்ட பையிலிருக்கும் எலும்புக் குவியல்போல் தெரிகிறது. இதற்கு முன்பு புதர்களுக்குப் பின்னால் பதுங்கிக் கொண்டு, வேட்டைக்காரனைத் தவிர்க்கும் விலங்கு போல நான்கு கால்களிலும் ஊர்ந்தெல்லாம் சென்றிருக்கிறார். ‘ரூப்சந்த், ரங்கா, சச்சின், பௌந்தரோட அம்மா, தோலககா,’ என்று அவர் வாய் முனுமுனுக்கிறது. ஆற்றின் கரையோரம் உள்ள புதர்கள் மிக மிக மெதுவாக நகர்கின்றன. திடீரென்று எங்கிருந்தோ சில தலைகள் தோன்றும், மனிதனா பேயா என்று குழம்பும்படி.

இச்சாமதியில் படகுகள் மிதக்கின்றன. இரவின் போர்வையில் வானம் தன்னை மூடிக்கொண்டிருக்கிறது. வெகுசில

நட்சத்திரங்கள் மட்டுமே கொண்டிருக்கும் வானத்தால் கடல் இன்னும் கருமையாகிறது. திடீரென்று எங்கிருந்தோ ஒளி வீசுகிறது. ஒருவர் ஒலிபெருக்கியில் பேசுகிறார்: 'திரும்பிப் போங்க. உங்க படகுகளை திருப்புங்க. திரும்பிப் போகலேனா நாங்க துப்பாக்கியால் சுடுவோம்.' இது நதியைக் காபந்து செய்யும் போலிஸ்! 'இந்தத் தீவில 144 தடை உத்தரவு போடப்பட்டிருக்கு. திரும்பிப் போங்க!'

'திரும்பி எங்கே போகனும்?' சுக்சந்த் அலறுகிறார்.

'சொல்லுங்க. எங்க போகனும்?'

'இது வாதம் செய்யற நேரம் இல்ல. திரும்பிப் போங்க. இல்லேனா நாங்க சுட ஆரம்பிக்க வேண்டியதிருக்கும்.'

'நாங்க எங்க போவோம்?' சுக்சந்த் மீண்டும் கத்துகிறார்.

'தண்டகாரண்யத்துக்கு போங்க,' என்று இன்ஸ்பெக்டர் பதிலளிக்கிறார். போலிஸ் படகு அவர்களின் படகுகளுக்கு மிக அருகில் வந்துவிட்டது. சுக்சந்தால் இன்ஸ்பெக்டரின் அப்பட்டமான வெறியை உணரக்கூடிய அளவிற்கு நெருக்கமாக வந்துவிட்டது.

'இல்ல, நாங்க திரும்பிப் போக மாட்டோம். மரிச்ஜாப்பிக்குதான் போவோம்!'

சுக்சந்த் ஆற்றில் குதித்து நீந்தத் தொடங்குகிறார்.

***

'உங்க அப்பாதான் சுக்சந்த், இல்லையா?' நான் கேட்கிறேன்.

மண்டல் புன்னகைக்கிறார்.

'நீங்க மரிச்ஜாப்பிக்கு போன பிறகு என்ன நடந்துச்சு?' நான் மேலும் அறிந்துகொள்ள தூண்டுகிறேன்.

மண்டல் தன் பழைமையான வீட்டின் ஜன்னலுக்கு வெளியே கூடியிருக்கும் இருட்டுக்குள் வெறிக்கிறார். எனக்கு நினைவு தெரிந்த நாளிலிருந்து அவரை நான் அறிந்திருக்கிறேன். அவருடன் நான் இதுவரை அறிந்திராத இருளான இடங்களுக்குப் பயணித்திருக்கிறேன். காலப்போக்கில் நாங்கள்

நெருக்கமானோம், ஆனாலும் அவர் மரிச்ஜாப்பியில் என்ன நடந்தது என்பது பற்றிய என் வினவல்களுக்கு ஒருபோதும் பதிலளித்ததில்லை. பத்தாயிரம் பேர்களைகொண்ட உறுதிமிக்க ஒரு குழு நம்பிக்கையுடன் அங்கு எப்படி சென்றது என்று மட்டுமே கூறியிருக்கிறார். அந்தக் கனவுத் தீவை அடைந்தவுடன் அவர்களுக்கு என்ன மாதிரியான வாழ்வு அங்கே காத்திருந்தது என்பதை அவர் சொல்ல மறுக்கிறார். இன்றிரவும் ஒன்றும் மாறிவிடவில்லை. மரிச்ஜாப்பி தொடங்கும் இடத்தில் அவரது கதை நின்றுவிடுகிறது.

'அந்தக் கேள்வி அப்படியே இருக்கட்டும். மரிச்ஜாப்பி என் இதயத்துல அப்படியே புதைஞ்சிருக்கட்டும்.'

– நவம்பர் 2017, கா்ஃபா கட்டா புகூர், கொல்கத்தா

2

சஃபல் ஹல்தர்

கௌரங்கா ஹல்தரிடம் நான், இரவெல்லாம் நீந்தி கரையை அடைந்து கல்கத்தாவில் நடப்பது எதுவும் தெரியாமல் இருந்த குடிமக்களுக்கு மரிச்ஜாப்பியின் கொடூரங்களைப் பற்றி கூறியதால் அவருடைய பெயர் சஃபல் (வெற்றிபெற்றவர் என்று அர்த்தம்) ஆகிவிட்டதா என்று கேட்கிறேன். தினசரிகள் ஒருகாலத்தில் ஹல்தரை விதியோ சோர்வோ தடுத்து நிறுத்தமுடியாத மக்களின் ஹீரோ என்று புகழ்ந்தன. இன்று ஆஸ்துமா நோயால் பாதிக்கப்பட்டு பலவீனமாக இருக்கும் அறுபத்திநான்கு வயது முதியவராக எலும்பு கலகலக்க தொடர் இருமல்களுக்கு இடையில் மிகவும் சிரமப்பட்டு புன்னகை புரிகிறார். ஒவ்வொரு பதிலுக்கும் சிறிது இடைவெளி அவருக்குத் தேவைப்படுகிறது.

'இல்ல, எனக்கு எப்பவும் இந்த பேர்தான் இருந்தது.' என் கேள்வி ஹல்தருக்கு மோசமான இழுப்பை ஏற்படுத்தியது. ஜன்னலுக்கு வெளியே பித்தத்தைக் காறி உமிழ்ந்துவிட்டு, தலையைத் தாழ்த்தி உட்கார்ந்து, தன் மெலிந்த விரல்களால் முடிகொட்டிக்கொண்டிருக்கும் தலையில் கைவைத்து முடியைப் பிரித்துக் காண்பிக்கிறார்.

இரண்டு பழைய வடுக்கள் அண்டை நாடுகளின் பிரச்சனைக்குரிய எல்லைக் கோடுகள் போல அவரது தலையில் குறுக்கு-நெடுக்காகத் தெரிகிறது.

'மரிச்ஜாப்பியில போலிஸ் தாக்கினதுனால உங்களுக்கு இந்த வடு வந்ததா?' என்று கேட்கிறேன்.

'இல்ல, இவை அதுக்கும் முன்னால வந்தது,' என்கிறார்.

'எப்படி வந்துச்சுனு சொல்லுங்க.'

ஹல்தருக்கு கோபம் வருகிறது. 'எத்தன தடவ என் கதைய திரும்பத் திரும்ப நான் சொல்வேன்? இத்தன வருஷத்துல ஒன்னும் நடக்கல. மரிச்ஜாப்பியில நடந்த படுகொலைக்குப் பிறகு இடது முன்னணி அரசாங்கத்தோட குண்டர்கள் கிட்டருந்து நாங்க மறஞ்சு இருந்தோம். அவங்க கண்ணுக்கு முன்னாடியே அவங்களுக்குத் தெரியாம இருக்கக் கத்துக்கிட்டோம். நாங்க கனவு கண்டதெல்லாம் இந்த அரசாங்கம் போயிட்டு அதுக்கு பதிலா அப்பாவிகள கொலை செய்யாத புது அரசாங்கம் வரனும்னுதான். ஆனா மக்களுக்கான அரசியல்வாதினு அழைக்கப்படுற மம்தா பானர்ஜி கூட எங்கள மறந்துட்டாரு. மரிச்ஜாப்பி வழக்க எடுக்கல. அத்தன இறப்புக்கும் யார் ஈடு செய்வாங்க?'

காளிகாபூரின் பர்போ பள்ளியில் உள்ள ஹல்தரின் ஒற்றை மாடி வீட்டிற்கு வெளியே அந்திசாயத் தொடங்கிவிட்டது. வெளியில் உள்ள சாலை கிழக்கு பெருநகர புறவழிச்சாலைக்குச் சென்று வடக்கே உல்டாடங்காவையும், தெற்கே கமல்காஜி, ராஜ்பூர் மற்றும் சோனர்பூர் ஆகியவற்றையும் இணைக்கிறது. நகரத்தின் கிழக்கு விளிம்பில் இருபத்தியோரு கிலோமீட்டர் தூரம் ஓடும் இந்த சாலை, அதனுடன் கண்ணாடி மற்றும் கான்க்ரீட்டாலான உயரமான கட்டடங்களுடன் கொல்கத்தாவின் வான்பரப்பையே மாற்றுகிறது.

ஆனால், நகரத்தின் தெற்கில் உள்ள ஒரு கீழ்-நடுத்தர வர்க்கப் பகுதியான இங்கு இன்னும் குறுகிய சந்துகளும், மனம்போன போக்கில் எல்லைக் கோட்டை இழுத்து கிழக்கு பாகிஸ்தானை (தற்போதைய பங்களாதேஷ்) உருவாக்க, ஒரு புதிய நிலத்தை தங்கள் வீடாக நினைத்து வந்த மக்களின் நினைவுகளில் பிரிவினைக்குப் பிந்தைய வரலாறு இன்னும் மெல்லிய தடங்களாகவும் எஞ்சியிருக்கின்றன.

யாரோ ஒரு மங்கலான விளக்கைப் போடுகிறார்கள். தேநீருடன் எண்ணெய் பிசுபிசுக்கும் இனிப்பு வழங்கப்படுகறது. ஹல்தரின் வீட்டிற்கு என்னுடன் வந்த எனது புகைப்படக் கலைஞர் நண்பருக்கும் ஜோதிர்மய் மண்டலுக்கும் சிகரெட்டை நீட்டுகிறேன். ஹல்தர் சமநிலைக்குத் திரும்பி எங்களை மீண்டும் கடந்த காலத்திற்கு அழைத்துச் செல்ல காத்திருக்கும் பொழுது நாங்கள் அமைதியாகப் புகைக்கிறோம்.

'நான் பங்களாதேஷ்ல இருக்குற குல்னா ஜில்லாவுல உள்ள லக்கிகாய் கிராமத்த சேந்தவன். இந்துக்களுக்கும் முஸ்லிம்களுக்கும் இருந்த பதட்டத்துக்கு நடுவுலதான் வளந்தேன். 1964இல ஒரு கலவரம் ஏற்பட்டது. என் கிராமத்திலிருந்து நூற்றுக்கணக்கானவங்க வெளியேறினாங்க. எனக்கு பதினஞ்சு பதினாறு வயசு இருந்திருக்கும். அந்த காலத்துல எங்ககிட்ட பிறப்புச் சான்றிதழ்லாம் இல்ல. சின்ன வயசுலயே பெத்தவங்கள இழந்து வயசான உறவினர்கள் கூடத்தான் வளந்தேன். வளந்ததுக்கப்புறம் என்ன அந்த வீட்ட விட்டு போக சொன்னதால புது ஊருல புது நிலத்துல வாழ்க்கைய முதல்லேருந்து ஆரம்பிக்க வேண்டியிருந்தது. எனக்கு அப்ப ஏற்கனவே திருமணமாகிடுச்சு. என் மனைவியோட பாதுகாப்ப நெனச்சு ரொம்ப பயந்தேன். தெருவுல தலையில்லாத முண்டங்க கெடக்க, இருண்ட அறைகள்ல கைகால் இல்லாத ஆண்களும் பெண்களும் தங்களோட பயத்த மறச்சுட்டுக் கெடந்தாங்க. ஆனா எனக்கு மெட்ரிகுலேஷன் தேர்வு வந்தது. நான் இந்தியாவுக்குப் போறதுக்கு முன்னாடி எக்ஸாம் பாஸ் பண்ண நெனச்சேன். அப்பதான் வேல சுலபமா கிடைக்கும்.

'நானும் என் மனைவியும் கால்நடையா எல்லையத் தாண்டினப்போ கெடச்ச வடு இது. முஸ்லிம் ஆண்கள் குழு ஒன்னு எங்கள கோடாரியால தாக்கிச்சு. நான் அவங்களத் தடுக்க முயற்சி செஞ்சுட்டே என் மனைவிய அங்கிருந்து

ஓடச் சொன்னேன். நான் மரணத்தை கண் முன்னால பாத்துக்கிட்டிருந்தேன் ஆனா அவள் பாதுகாப்பா இருக்கனும்னு விரும்பினேன். கூர்மையா ரெண்டு அடி என் தலையில விழுந்தது. நான் சுயநினைவ இழந்து தரையில விழுந்தேன். நான் இறந்துட்டதா அவங்க நினைச்சிருக்கனும். அதனால மேற்கொண்டு என்ன அடிக்கல. அதுக்கப்புறமா, நாங்க சேந்து பயணம் செஞ்ச குழு என்ன தேடி திரும்ப வந்தாங்க. அந்த குழுவில் என் மனைவியும் இருந்தாங்க. நான் இன்னும் மூச்சு விடுறத பாத்துட்டு அவங்ககூட என்ன கூட்டிட்டு போனாங்க. நிறைய இரத்தத்த இழந்தேன், ஆனாலும் உயிர் பிழச்சேன்.

'கல்கத்தாகிட்ட, எல்லையோட இந்தப் பக்கத்துல கிழக்கு பாகிஸ்தானிலருந்து வந்த வீடில்லாத அகதிங்க எங்கள மாதிரியானவங்களுக்கு அந்த நாட்கள்ல கேட்க பொன்னான வார்த்தைகளா இருந்தது "டாக் அஷ்பே". இதோட அர்த்தம் மேற்கு வங்கத்துல பல்வேறு இடங்கள்ல அமைக்கப்பட்டிருக்குற இடைக்கால முகாம்கள்லருந்து ராய்பூரில் இருக்குற நிரந்தர மனா முகாமுக்கு கொண்டு செல்லப்படுவோங்கறதுதான். ராய்பூர் இப்ப சத்தீஸ்கர்ல இருக்கு, ஆனா அப்ப மத்திய பிரதேசத்தோட ஒரு பகுதியா இருந்தது.

'மனா முகாம் ஒத்த முகாம் கிடையாது. பல்வேறு அளவுகள்ல 500 க்கும் மேற்பட்ட முகாம்களோட தொகுப்பு. நான் குருத் என்ற முகாமுல தங்கினேன்.

'முகாம் வாழ்க்கைனாலே வெறும் கஷ்டம்னு சொல்றது தப்பு. நல்ல நாளும் இருந்தது, மோசமான நாளும் இருந்தது. அரசாங்கம் எங்களுக்கு படி கொடுத்தது. நாங்க சாலைகள்ல வேல பாத்தோம். கட்டடங்கள் கட்டினோம். அதுல எங்களுக்கு பணம் கெடச்சது. எங்களோட தற்காலிக கூடாரங்கள் காலப்போக்குல செங்கல் வீடா மாறிச்சு. எங்க மக்கள் திருமணம் செஞ்சுகிட்டாங்க, குழந்தைங்கள பெத்துக்கிட்டாங்க, இழந்த வீட்ட பத்தின கனவுல மீதமிருக்குற நாட்கள வாழ்ந்தாங்க. ஆனா இதுக்கு எல்லாத்துக்கும் நடுவுல நாங்க எங்க தாய்மொழியான பெங்காலிங்கற அடையாளத்த இழந்துக்கிட்டிருந்தோம். எங்க சந்ததி இல்லேன்னாலும் அவங்களுக்கு அப்புறம் அவங்களோட சந்ததிங்க எங்களோட அழகான மொழிய பேச மாட்டாங்களோனு பயம் இருந்தது.

‘எங்க மக்களோட நலனுக்காக எங்களால அமைக்கப்பட்ட அகில இந்திய உத்பஸ்து உன்னாயன்ஷில் கமிட்டி பல ஆண்டுகளா உத்வேகத்தோட எங்களோட உரிமைகளுக்காகவும் சிறந்த பணியிட நிலைமைக்காகவும் போராடியது. முகாம்கள் சிதறிப்போச்சு. மக்கள் ஒன்றாக இருக்கவும், முகாம்களுக்கு பொறுப்பு எடுத்திட்டிருந்த அரசாங்க அதிகாரிங்களாலோ இல்ல எங்களவிட ரொம்ப வேறுபட்ட பழங்குடியினராலோ பிரச்சன வந்தா நாங்க ஒரு கூட்டமா இணைஞ்சு போராடவும் இந்த குழு விரும்பியது.

‘இதற்கிடையில ஜோதி பாசுவின் கட்சியான சிபிஐ (எம்) யின் தலைவர்கள் பல முறை முகாமில் எங்களப் பாக்க வந்திருந்தாங்க. அவங்க மேற்கு வங்கத்தில் ஆட்சிக்கு வந்தவுடனேயே தண்டகாரண்யத்தின் மலைகள்லருந்தும் காடுகள்லருந்தும் எங்கள விடுவித்து வங்காளத்தோட வளமான சமவெளிக்கு அழைச்சிட்டுப் போயி அங்க எங்களுக்கு ஒரு சிறந்த வாழ்க்கைய தருவோம்னு உறுதியளிச்சாங்க. நாங்க அப்பாவியா இருந்தோம்; அவங்கள நம்பினோம்.

‘இடது முன்னணி கட்சிக்கு அகதிங்க வாக்கு வங்கி முக்கியம்னு அவங்க எங்கள ஒருபோதும் கைவிட மாட்டாங்கனு எங்க முகாம் தலைவர்கள் எங்ககிட்ட சொன்னாங்க. ஆனா மேற்குவங்கத்தில் இடதுசாரிகள் ஆட்சிக்கு வந்தப்போ அரசாங்கத்துக்கிட்டருந்து எந்த உதவியும் வராததால எங்க மக்கள் குழு குழுவா மனா முகாமிலருந்து தப்பிச்சு கல்கத்தாக்கு போகத் தொடங்கினாங்க.

‘1978ஆம் ஆண்டுல சுமார் ஆறேழு குடும்பங்கள் ராய்பூர் நிலையத்துக்கு போக லாரிகள வாடகைக்கு எடுத்தாங்க. அங்கிருந்து, ரயில்ல ஹௌராவுக்கும் அப்புறம் சீல்தாவுக்கும் போனோம். நான் 1965-1978இல் மனா கேம்பில செஞ்ச வேலைகள்லருந்து சுமார் 10,000 ரூபாய் வர சேமிச்சு வெச்சிருந்தேன். சீல்தாவிலிருந்து நாங்க ஹஸ்னாபாத்துக்கு போனோம். ஹஸ்னாபாத்துல எங்க மக்கள் உறவினர்கள் வீடுகள்ல தற்காலிகமா தங்கினாங்க. ஊர் வயல் வரப்புல வேல பார்த்தாங்க. நாங்க ரெண்டு மாசம் இலக்கில்லாம வாழ்ந்தோம். எங்க அடுத்த நடவடிக்கைய முடிவு செய்து அகில இந்திய உத்பஸ்து உன்னாயன்ஷில் கமிட்டி தலைவர்கள்

எங்களுக்கு வழிகாட்டும் வர காத்திருந்தோம். இதற்கிடையில பல முகாம்கள்லருந்து அகதிகள் வங்கத்துக்கு அதிக அளவுல வந்து கஷ்டப்படறத பத்தின செய்திகள வெளியிட்டாங்க. அந்த ரெண்டு மாதமும் சேமிச்சு வெச்ச பணம் உதவினதால நான் அவ்ளோ கஷ்டப்படல.

'மேற்கு வங்கத்துல இருந்த நிலமைய பத்தி நாங்க தவறாக கணிச்சிட்டோம். ஆட்சிக்கு வந்த பிறகு இடதுசாரி தலைவர்கள் அவங்க வாக்குறுதிகள காப்பாத்தி மாநிலத்தில எங்களுக்கு மறுவாழ்வு அளிப்பாங்கனு நாங்க நினைச்சோம். வீடுகள் கட்டி குடியேறவும் செழிப்பா பயிர்கள வளக்கவும் எங்களுக்கு நிலம் இருக்கும்னு நாங்க நம்பினோம். இதெல்லாம் வெத்து வாக்குறுதினு முன்னாலயே எங்களுக்கு தெரிஞ்சிருக்கனும். கடந்த கால வாக்குறுதிகள அரசுக்கு நினைவூட்ட எங்க கமிட்டி தலைவர்கள் செயலகத்துக்கு போனாங்க. ஆனா எதுவும் நடக்கல.

'ஏறக்குறைய இந்த நேரத்துலதான் கமிட்டி தலைவர்களுக்கு சுந்தரவனங்களோட மையத்தில மனுஷங்க வசிக்காத மரிச்ஜாப்பினு தீவு இருக்கறது பத்தி தெரிஞ்சது. சில இடதுசாரி தலைவர்களே முகாம்கள விட்டு வெளியேறி வங்காளத்த நோக்கி வந்துட்டிருந்த ஆயிரக்கணக்கான அகதிங்களுக்கு ஒரு சாத்தியமான வாழ்விடமா இந்த தீவக் காட்டினதா ஒரு வதந்தி இருந்தது. இன்னும் சில பேரு கமிட்டி தலைவர்கள் சுந்தரவனத்திற்கு பயணம் போன போது தாங்களே தீவ கண்டுபிடிச்சதாவும் சொல்றாங்க. எனக்கு சரியான நாளோ மாதமோ நினைவுல இல்ல, ஆனா 1978 நடுவுல நாங்க படகுகள வாடகைக்கு எடுத்துட்டு மரிச்ஜாப்பிக்குக் கிளம்பினோம்.

'எங்களோட கனவு இல்லம் வெறும் புதரும் மண்ணுமா இருந்த தீவுதான். ஒன்னுத்துக்கும் பயனில்லாத புதர்களோட அடர்ந்த காடா இருந்தது மரிச்ஜாப்பி. மற்ற சுந்தரவனத் தீவுங்கள்ல இருந்த பயிர்த்தோட்டம் எதுவுமே இந்த தீவுல இல்ல. மரிச்ஜாப்பியில வாழ நாங்க ஒரு ரிசர்வ் காட்ட அழிச்சோம்னு இடது முன்னணி அரசாங்கம் சொன்னது பச்சை பொய். அங்க அழிக்க எதுவும் இல்லை!

'அன்னிக்கு சுமார் 200-300 படகுங்க மரிச்ஜாப்பிக்கு வந்துச்சு. தீவுல காலடி எடுத்து வெச்ச முதல் அணியில நான்

இருந்தேன். காலத்தையும் தூரத்தையும் பல மணி நேரம் கடினமா பயணம் செஞ்சு புதிய கிரகத்தில தரையிறங்கும் ஒரு விண்வெளி வீரனைப் போல உணர்ந்தேன். அடுத்த சில மாதங்கள்ல இன்னும் நூற்றுக்கணக்கான படகுகள் இங்க வந்து சேரும். நாங்க புதர்கள அகற்றினோம். நிலத்த சமமாக்கி அங்க ஒரு நகரத்த உருவாக்க மிகத் தீவிரமா திட்டம் தீட்ட ஆரம்பிச்சோம். எங்களுக்குள்ள இருந்ததுலயே ரொம்ப புத்திசாலியா இருந்தவங்க ஒரு குடியிருப்பு மனைக்கான வரைபடத்த உருவாக்கினாங்க; நாங்க அத நேதாஜி நகர்னு அழைச்சோம்.

‘அது ஒரு அற்புதமான காலம். திறந்தவெளியில நட்சத்திரங்கள் நிறைஞ்ச வானத்துக்குக் கீழ படுத்து தூங்கினோம். பூச்சிகளையும் விலங்குகளையும் வெரட்ட எங்களச் சுத்தி நெருப்பு கொளுத்தினோம். பகல்ல பக்கத்து தீவுகள்லருந்து கிடச்ச மரங்கள வெச்சு குடிசைங்க கட்டினோம். தீவுல கெடச்ச கோல்பத்தா இலைகள கூரைக்குப் பயன்படுத்தினோம். பக்கத்து கிராமங்கள்ல வசிச்சவங்க எங்களுக்கு உணவும் மத்த தேவையான பொருட்களும் கொடுத்தாங்க. தண்டகாரண்யத்துல சம்பாதிச்சு சேத்த பணத்த நாங்க சேகரிச்சோம். ராமகிருஷ்ணா மிஷனும் பாரத் சேவாஷ்ரம சங்கமும் எங்களுக்கு உதவ விரும்பினாலும் அரசாங்கம் அவங்கள அனுமதிக்கலனு எங்களுக்குத் தெரிஞ்சது. இந்த சமயத்துல வெளியுலகத்துக்கு எங்க இருப்பப் பத்தி தெரிய ஆரம்பிச்சது. மரிச்ஜாப்பியை எங்க வாழ்விடமா ஆக்கக் கெடச்ச உதவிகளையும் இருக்குற பொருட்களையும் வெச்சு ஒரு வைராக்கியத்தோட இரவும் பகலும் உழைச்சோம்.

‘உங்க அப்பா திலீப் ஹல்தர் மாதிரியான அறிவுஜீவிகளும் சமூக சேவகர்களும் எங்கள சந்திச்சு எங்கள நாங்களே காப்பாத்திக்க பணம் கொடுத்தாங்க.

‘எங்க வேலைங்கள நாங்களே பிரிச்சுக்கிட்டோம். கட்டுமான வேலைகளுக்கு நான் லாயக்குபடல, அதனால கல்கத்தாக்கும் மரிச்ஜாப்பிக்கும் இடையில ஒரு தூதரா இருந்தேன். தீவுக்கு தேவையான விஷயங்களும் பொருட்களும் அடங்கிய பட்டியலிட்ட கடிதங்கள பெரிய நகரத்துல இருக்குற எங்க நலம் விரும்பிகளுக்கு எடுத்துட்டு போறதுதான் என்

வேலை. நான் அந்த கடிதங்கள கொடுத்திட்டு அவங்க தர பணத்தையும் பொருட்களையும் தீவுக்கு திரும்ப கொண்டு வந்தேன். அடுத்தடுத்த மாதங்கள்ல நாங்க ஒரு பள்ளியை நிறுவி எங்ககூட்டத்திலருந்தே ஒரு ஆசிரியரை நியமிச்சோம். ஒரு அகதி மருத்துவர் டிஸ்பென்சரி ஒன்ன வெச்சாரு. கல்கத்தாவுல கெடைக்கும் மருந்துகளை எடுத்துட்டு வந்து தீவிலருந்த டிஸ்பென்சரியில் இருப்புவைக்கக் கொடுத்தேன்.

‘கல்கத்தாவில புகழ்பெற்ற பொறியியலாளரான சுப்ரதா சாட்டர்ஜியோட வீடு இருந்த 136, ஜோத்பூர் பார்க்கில் தங்கியிருந்தேன். லண்டன்ல படிச்சுட்டு வந்த சாட்டர்ஜி என்னோட பலமுறை தீவுக்கு பயணம் செஞ்சார். நேதாஜி நகரை திட்டமிட எங்களுக்கு உதவினது மட்டுமில்லாம எங்கள தொடர்ந்து ஊக்கப்படுத்தினார். அவரும் இன்னும் பலரும் குறிப்பா கவிஞர் சுனில் கங்குலியும் எங்க இருப்புக்கான போராட்டத்தை முன்னிலைப்படுத்த மேற்குவங்கம் முழுக்க குடிமக்கள்கிட்ட கூட்டங்களை நடத்தினார்.

‘அதிகாரத்தில இருக்குற கம்யூனிஸ்டுகள நம்பக்கூடாதுனு சாட்டர்ஜி எங்ககிட்ட சொல்லுவாரு. “எனக்கு இந்த வேசி மகனுங்கள பிடிக்காது,”னு சொல்லுவாரு. “சோவியத் ரஷ்யாவுல கம்யூனிசத்ததோட அசிங்கமான முகத்த நான் பாத்திருக்கேன். நீங்க அரசாங்கத்த நம்பாம சொந்தமா ஒரு தீவ உங்க சமூகத்துக்காக நீங்களே உருவாக்கிக்கங்க.”

‘அத நாங்க செஞ்சோம். காலப்போக்கில மரிச்ஜாப்பியோட மக்கள் தொகை முதல்ல இருந்த 10,000லருந்து 40,000 வரை அதிகரிச்சுது. மூனு சாலைங்க, ஒரு பஜார், ஒரு பள்ளிக்கூடம், ஒரு மருந்தகம், ஒரு நூலகம், ஒரு படகு உற்பத்தி நிலையம், ஏன் ஒரு மீன்வளத் துறை கூட இருந்த ஒரு முழுமையான கிராமமா செயல்பட்டுச்சு! இவ்ளோ குறைந்த காலத்தில இவ்வளவு சாத்தியம்னு யாரு கற்பன செஞ்சிருக்க முடியும்? தண்டகாரண்யத்துல வீணடிக்கப்பட்ட வாழ்க்கைய நெனச்சு எங்களுக்கு இந்த சக்தி கெடச்சிருக்கலாம்.

‘குடிநீர் கெடைக்கிறது ஒரு பெரிய பிரச்சினையா இருந்தது. மரிச்ஜாப்பி நீர் உப்பா இருந்தது. அதனால படக எடுத்துட்டு பக்கத்து தீவான குமீர்மரிக்குப் போயி பெரிய பானைகள்ல நீர எடுத்துட்டு வர வேண்டியிருந்தது. நாங்க தண்ணீர

அளந்துதான் பயன்படுத்தினோம். நான் இத சாட்டர்ஜிகிட்ட சொன்னபோது அவர் தீவுக்கு வந்தார். எங்களுக்கு பணம் கொடுத்து ஆழமான குழாய நிலத்தடில விட்டு கிணறு எழுப்பி எப்படி நல்ல தண்ணி எடுக்கனும்னு சொல்லிக்கொடுத்தாரு. இதே கிணறுலதான் பின்னாடி போலிஸ்காரங்க விஷத்த கொட்டி எங்கள்ல பலபேர கொன்னாங்க!

'நாங்க மூனு முறை தாக்கப்பட்டோம். எனக்கு இப்ப நினைவு சரியா இல்லை. தீவுல காவல்துறை நடவடிக்கைகளிலேயே மிகக் கொடூரமானது பொருளாதார முடக்கம் தான். போலிஸ் எங்களுக்கு கிடைச்ச விநியோகப் பொருட்களை தீவுக்கு வரவிடாம தடுத்து நிறுத்தினதால உணவு, மருந்து, இன்னும் பல அத்தியாவசியப் பொருட்கள் இல்லாம நாங்க பட்டினி கிடந்தது எனக்கு நினைவிருக்கு. அனந்தபஜார் பத்ரிகாவோட பத்திரிகையாளர் சுகரஞ்சன் சென்குப்தா எங்கள சந்திக்க சில முறை வந்து எங்க கதையைக் கேட்டார். அனந்தபஜார் பத்ரிகாவில் அவர் எழுதிய கட்டுரைகள் மூலமா நிறைய மக்கள் எங்களப் பத்தி தெரிஞ்சுகிட்டாங்க. ஆனாலும் அது எங்க பிரச்சனைக்கு உதவல. அரசுசாரா நிறுவனங்களும் மிஷனரிகளும் எங்களோட தொடர்பு வெச்சுக்க முடியாம அரசாங்கம் எல்லா முயற்சிகளையும் செஞ்சது. எங்கமேல அனுதாபம் வெச்சிருந்த ஒரு சிலர் எப்படியோ போலிஸ் ரோந்துல கண்ணுல சிக்காம எங்களுக்கு பணமும் மத்த அத்தியாவசிய பொருட்களையும் கொண்டு வந்து தந்தாங்க. அதுவும் பொருளாதார முடக்கத்தின் போது நிறுத்தப்பட்டது.

'மரிச்ஜாப்பி எப்படி போலிஸ் சர்வாதிகாரமா மாறிச்சுனு கொல்கத்தா மக்கள்கிட்ட நான் போயி சொல்லனும்னு என் தலைவர்கள் என்கிட்ட சொன்னாங்க. சாட்டர்ஜிக்கும் இன்னும் சிலருக்கும் கடிதங்கள எழுதி, மடிச்சு, பிளாஸ்டிக் பைக்குள்ள வெச்சு என்கிட்ட தந்தாங்க. நைட்டு நான் ஒரு படக எடுத்துட்டு போயி என் அதிர்ஷ்டத்த சோதிச்சு பாக்க முடிவு பண்ணேன். ஏன்னா போலிஸ் படை தீவச் சூழ்ந்திருந்தப்போ இப்படி செய்யறது ஆபத்தானது. போலிஸ்காரர்கள் குறட்டை விட்டு தூங்கும்போது, அவங்க கண்ணுலருந்து நழுவி அந்தப் பக்க கரைய அடையனுங்கறதுதான் யோசனை. நாங்க ஆத்துல நிறைய தூரம் போயிருந்தப்போ போலிஸ் தேடலுக்காக கையில வெச்சிருந்த டார்ச் லைட் வெளிச்சத்துல

விழுந்தோம். என்கூட இன்னும் மூனு பசங்க இருந்தாங்க. “நாம திரும்பு போயிடலாமா?”னு அவங்க கேட்டாங்க; இனி பின்வாங்கக்கூடாதுனு அவங்ககிட்ட சொன்னேன். கடிதங்கள் எங்க இடுப்புல கட்டின பிளாஸ்டிக் பைகள்ல இருந்ததால நாங்க படகுலருந்து குதிச்சு ஆத்துல நீந்தத் தொடங்கினோம்.

‘அன்னிக்கு இரவு என்ன நடந்ததுனு இன்னிக்கு நெனைக்கும்போது என்னால அத நம்ப முடியலதான், ஆனா அன்னிக்கு நாங்க உண்மையில இரவெல்லாம் ஆத்துல நீந்தி நீந்தி குமீர்மரிய அடைஞ்சோம். இருந்தாலும் அங்கயும் காவல்துறை கண்காணிப்பு இருந்ததுனு எங்களுக்குத் தெரியல. ஒரு காவல்துறை அதிகாரி வந்து எங்கள கேள்வி கேட்க ஆரம்பிச்சுட்டாரு. அவரு என்ன ஓங்கி ஒரு அறை விட்டு நான் மரிச்ஜாப்பிலருந்து வரேனானு கேட்டாரு. நான் குமீர்மரிய சேர்ந்தவன்னு பொய் சொன்னேன். மரிச்ஜாப்பில என்ன நடக்குதுனு பாக்க அங்க போனேனு சொல்லிட்டு, மரிச்ஜாப்பி மக்கள பத்தி இழிவா பேசி, அவங்கள எல்லாம் சாக விட்டுடனும்னு சொன்னேன். போலிஸ்காரர் எங்கள போக விட்டார்.

‘நாங்க கொஞ்சம்கூட ஓய்வெடுக்கல. பல மணிநேரம் தூக்கமில்லாம நீச்சலடிச்சு சோர்வா குமீர்மரி முழுதும் நடந்து ஒரு படகெடுத்துக்கிட்டு சட்ஜெலியா கிராமத்துக்குப் போனோம். இரவு முழுக்க அங்கயே தங்கிட்டு அதிகாலையில எழுந்து கேனிங் வரைக்கும் திரும்ப நடந்தோம். என் பாக்கெட்டில வெச்சிருந்த ரூபா நோட்டெல்லாம் அழுக்காகி யூஸ் பண்ண முடியாம ஆகிடுச்சு. அதனால நாள் முழுக்க சாப்பாடோ தண்ணியோ இல்லாம நடந்து கடைசில கேனிங் போனேன். அங்க இலவசமா ஒரு தாபாவில் கொஞ்சம் சாப்பிட்டுட்டு டிக்கெட் இல்லாம ஜோத்பூர் பார்க்குக்கு ரயில் ஏறினேன். மாலையில் சுப்ரதா சாட்டர்ஜியோட வீட்டுக் கதவத் தட்டினேன். அது 31 ஜனவரி 1979.

‘சாட்டர்ஜி ஒரு பத்திரிகையாளருக்கு போன் செஞ்சார். அந்தப்பக்கம் டெலிபோன்ல யார் இருந்தாங்கனு எனக்குத் தெரியாது, ஆனா நான் அந்த பத்திரிகையாளர் கிட்ட எல்லாத்தையும் சொன்னேன். என்கிட்ட கமிட்டி தலைவர்கள் கொடுத்த கடிதங்கள் இருந்ததையும் அவர் எங்க பிரச்சனைய

வெளியிடறதா இருந்தா அவர்கிட்ட அது எல்லாத்தையும் ஒப்படைப்பதாவும் சொன்னேன். மறுபக்கத்துல இருந்தவர் அவர்கிட்ட எல்லா கடிதங்களையும் படிச்சுக் காமிக்க சொன்னார். படிச்சேன். அதுக்கப்புறம் என்னால ஒரு நொடிகூட கண்ண திறந்திருக்க முடியல. சாட்டர்ஜி என்னை ஓய்வெடுக்கச் சொன்னார். நான் அடிச்சுப்போட்ட மாதிரி தூங்கினேன். மறுநாள் காலையில எழுந்தப்போ நான் ஒரு ஹீரோ.

‘சாட்டர்ஜி என்கிட்ட எங்க கதைங்க எல்லாம் செய்திகள்ல வந்திருப்பதாவும் இப்ப என்னைப் பத்தியும் எங்க மக்கள் பத்தியும் எல்லோருக்கும் தெரியும்னு சொன்னாரு. பொருளாதார முடக்கத்தை விலக்க அரசுக்கு இப்ப அழுத்தம் ஏற்பட்டிருக்கும். அன்னிக்கு, நான் பல பத்திரிகை அலுவலகங்களுக்குப் போயி என்கூட எடுத்துட்டுப் போயிருந்த கடிதங்களக் காட்டினேன். சாட்டர்ஜி அட்வைஸ் செஞ்ச மாதிரி இளைய வழக்கறிஞரான ஷாக்யா சென்னையும் சந்திச்சு அவர்கிட்டயும் கடிதங்கள காட்டினேன். அன்னிக்கு இரவு சாட்டர்ஜியின் வீட்டில தங்கினோம். சென் பின்னாடி நீதிமன்றத்தில அரசாங்கத்திற்கு எதிரா எங்களுக்காக வாதாடினார்.

‘என்கூட வந்திருந்த பையன்கள்ல ஒருத்தன் தால்தி கிராமத்துல இருந்த அவனோட உறவினர சந்திக்க வேண்டியிருந்ததால அடுத்த நாள் அதிகாலையிலேயே கிளம்பினேன். நாங்க ரெண்டு அடி எடுத்து வெச்சு, ஜோத்பூர் பார்க் தபால் அலுவலகத்துக்கு வெளிய வந்திருந்தப்போ எங்களை யாரோ பின்தொடர்ந்தத உணர்ந்தோம். நாலு ஆண்கள் எங்கள சூழ்ந்துகிட்டாங்க. சாலையின் மறுபுறத்துல நிறுத்தப்பட்டிருந்த போலிஸ் ஜீப்பில் ஏத்தி ஜாதவ்பூர் தானாவுக்குக் கொண்டு போனாங்க. அங்க நாள் முழுதும் எங்கள விசாரிச்சாங்க. அதுக்கப்புறம் அவங்க என்கூட இருந்த பசங்கள விடுவிச்சாங்க. செய்தித்தாள்கள் குறிப்பிட்ட ஆள் நான்தான்னு அவங்களுக்குத் தெரிஞ்சிருந்தது. நான்கு நாட்கள் போலிஸ் காவலில் என்ன வெச்சாங்க. அஞ்சாவது நாளில் அலிபூர் சென்ட்ரல் ஜெயிலுக்கு என்ன அனுப்பி அங்க இன்னும் இருபத்தேழு நாட்கள் வெச்சாங்க. அங்கிருந்து வெளிய வந்து நேரா மரிச்ஜாப்பிக்கு ஒரு ஹீரோவோட வரவேற்போட போனேன். கல்கத்தாவுக்கு எடுத்துட்டுப்போன கடிதங்களாலும்

அவைகளை அடிப்படையா வெச்சு செய்திகள்ல வெளிவந்த கட்டுரைகளாலும் பொருளாதார முடக்கம் முடிவுக்கு வந்தது.

'அடுத்து வந்த சில மாதங்கள் தெளிவில்லாம இருந்துச்சு. நான் பெரும்பாலும் தீவுக்கு வெளியே சுந்தரவனிலிருந்து விலகி எனது உறவினர் வீட்டில தங்கி வேலை தேட முயற்சி செஞ்சேன். கல்கத்தா உயர் நீதிமன்றத்தில் வழக்கறிஞர் ஷாக்யா சென் எங்கள் சார்பாக போராட, நான் நேரம் கிடைச்சப்போ எல்லாம் மரிச்ஜாப்பிக்குப் போனேன்.

'அரசாங்கத்திற்கு எதிரான செய்திகளும் நீதிமன்ற வழக்கும் பொருளாதார முடக்கத்தை நிறுத்திச்சு ஆனா எங்க தலைவிதியை மாத்தல. பலமுறை எங்களை தாக்கவும், எங்க ஆண்களை கைது செய்யவும் எங்க பெண்களை சித்திரவதை செய்யவும் அரசாங்கம் காக்கியணிந்த குண்டர்களை அனுப்பிச்சு. அதிக எண்ணிக்கையில் மக்கள் மரிச்ஜாப்பியை விட்டு வெளியேறத் தொடங்கினாங்க; சிலர் எங்கிருந்து வந்தாங்களோ அங்கயே, அதாவது தண்டகாரண்யத்துல இருந்த அகதிகள் குடியிருப்புக்கே திரும்பிப் போனாங்க. மத்தவங்க புது இருப்பிடத்தத் தேடி மேற்கு வங்கத்தில வெகுதூரம் பயணம் செஞ்சாங்க.

'இடைவிடாத போலிஸ் பயங்கரவாதம் தீவுவாசிங்களோட மனவுறுதியைக் குலைச்சது. ஒரு நாள் இரவு யாரோ ஒருத்தர் ஒரு விஷ பாட்டிலை குழாய் கிணத்துல ஊத்தினார். அடுத்த நாள் பதிமூனு பேர் இறந்தாங்க. நோய்கள் தாக்கி எலிங்க இறக்கற மாதிரி குழந்தைங்க இறந்தாங்க. போலீசாரால பாலியல் பலாத்காரம் செய்யப்படுவோம்னு பெண்கள் வெளியே வர பயந்தாங்க. எங்க படகுங்கள போலிஸ் தாக்கி நட்ட நடு நதியில மூழ்கின பல சம்பவங்கள் நடந்தன.

'14 ஜூன் 1979 அன்னிக்கு எல்லாமே எங்களுக்கு முடிஞ்சு போச்சு. போலீசார் வந்து எங்க குடிசைங்களுக்கு தீ வெச்சு எஞ்சியிருந்தவங்களையும் தீவ விட்டுத் துரத்தினாங்க. எங்களோட மரிச்ஜாப்பி கனவு அன்னிக்கு முடிஞ்சது. கொத்துகொத்தா ஒரு வருஷம் எங்க மக்கள் இறந்தாங்க. ஆனாலும் எங்க ஆன்மாவில நம்பிக்கை எனும் நெருப்பை ஏந்தி வாழ்ந்துகிட்டு இருக்கோம்.

‘அதுக்கு பிறகு உங்களுக்கு என்ன ஆச்சு?’ என்று ஹல்தாரிடம் கேட்கிறேன். அவர் முகத்தில் கண்ணீர் வழிந்தோடிக் கொண்டிருக்கிறது.

‘அதிர்ஷ்டவசமா அன்னிக்கு நான் தீவுல இல்ல. தீவுல இனிமேல் ஒன்னும் இல்லனு தெரிஞ்சதுக்கப்புறம் என் குடும்பத்தோட ஒரு உறவினர் வீட்டுக்குப் போயிட்டேன். பெண்களை போலீசார் தூக்கிட்டுப் போனதால என மனைவியோட பாதுகாப்பு நெனச்சு பயந்தேன். அன்னிக்கு என்ன நடந்ததுனு கேட்டு தெரிஞ்சுக்கிட்டபோது பெரிய மன அழுத்தத்துல விழுந்தேன். பன்னெண்டு மாசமா கஷ்டப்பட்டு புதர் மண்டியிருந்த ஒரு தீவ ஒன்னுமில்லாத எங்கள மாதிரியானவங்க எங்களோட வீடா மாத்த பாடுபட்டோம். இறால் வியாபாரம் எங்களுக்கு ஒரு பெரிய லாபத்த ஈட்டிக்கொடுத்தது. இன்னும் ரெண்டு மாசம் எங்களுக்குக் காத்திருக்க முடிஞ்சிருந்தா சாகுபடியில செலவழிச்ச நேரம் பலனளிச்சிருக்கும். அந்த இறால்கள கல்கத்தாவில இருந்த சந்தைகளில் நல்ல பணத்துக்கு வித்திருப்போம். ஆனா அப்படி நடக்கல. தீவில் எல்லாமே அழிக்கப்பட்டன. தரமட்டமாக்கப்பட்டன. எரிக்கப்பட்டன. நாசமாக்கப்பட்டன.

‘சிறிது காலம் கழிச்சு நான் ஜோத்பூர் பார்க்கில் இருந்த சாட்டர்ஜியின் வீட்டில் தங்கினேன். இடைத்தளம் காலியாக இருந்தது. நான், என் மனைவி மற்றும் அவள பெத்தவங்ககூட அங்கு தங்கினேன். சாட்டர்ஜி எனக்கு வரைவாளருக்கான பணியைக் கற்றுக்கொடுத்தார். நான் அவரோட அலுவலகத்துல ஏழு வருஷம் வேல செஞ்சேன். மரிச்ஜாப்பிக்கு பணம் மற்றும் பொருட்கள எடுத்துட்டு வரதுக்காக போன முறை கல்கத்தாவுக்கு போனபோது சித்ராஞ்சன் கல்லூரியின் முதல்வர் ஷியாம்லால் மிஸ்த்ரியை சந்திச்சேன். மிஸ்த்ரி ஒரு நல்ல மனிதர். மரிச்ஜாப்பியில் உள்ள நூலகத்துக்குக் கொண்டு போக அவர் எனக்கு புத்தகங்களை இலவசமாக் கொடுத்தார். சாட்டர்ஜி அலுவலகத்தில் வேலை செஞ்சதுக்கப்புறம் சித்ராஞ்சன் கல்லூரியில பியூனாக வேலைக்கு சேர்ந்து ஜூலை 2010இல் ஓய்வு பெற்றேன்.

‘மரிச்ஜாப்பியை நினைச்சு உங்களுக்கு இன்னும் கோபம் இருக்கா?’

ஹல்தர் எனது கேள்வியைத் தவிர்க்கிறார். ஆனால் பிரச்சனை அடங்கிய பிறகு தலைமறைவாக இருந்த சில தீவுவாசிகளுக்கு உதவ தன்னால் முடிந்ததைச் செய்ததாகக் கூறுகிறார். 'எங்கள்ல சிலர் ஒன்னு சேந்து நன்கொடைகள் வாங்கி ஒரு சில மரிச்ஜாப்பி குடும்பங்களுக்கு மறுவாழ்வு தர ஒரு பீகா நிலத்த (33 செண்ட்) வாங்கினோம். கல்கத்தாவுக்கு பக்கத்துல பதேர் சேஷ்-ங்கற காலனிய அமைச்சோம். அங்கிருந்த குடும்பங்களை சந்திக்க டாடாவின் பெரிய முதலாளி ருஸ்ஸி மோடியைக் கூட அங்க அழைச்சிட்டுப் போனோம். அன்னிக்கு இருந்த அரசாங்கத்துக்கு எதிரா எங்களால ஒன்னும் செய்ய முடியல. ஆனால் எங்களோட வாழ்க்கைல எஞ்சியத எடுத்துக்கிட்டு இந்த வாழ்க்கைய வாழ்ந்துட்டு வரோம்.

- டிசம்பர் 2017, காளிகாபூர், கொல்கத்தா

3
சுகோரஞ்சன் சென்குப்தா

நாற்பது ஆண்டுகளுக்கு முன்பு, சுகோரஞ்சன் சென்குப்தா மரிச்ஜாப்பி குறித்த தனது கடைசி செய்திக்கட்டுரையை அனுப்பினார். அந்த நாளில் தான் பார்த்த சிதைந்த உடல்களும் வெறித்த கண்களும் இன்னும் நினைவில் எஞ்சிவிட்டதாகக் கூறுகிறார். எழுபதுகளில் இருந்த இந்த முதியவரைக் கல்கத்தாவில் தேடிக்கண்டுபிடிக்கவும், கண்டுபிடித்ததும் அவரை மரிச்ஜாப்பி பற்றிப் பேச சம்மதிக்கவும் கொஞ்சம் முயற்சி எடுக்க வேண்டியிருந்தது. என் சீனியர் பத்திரிகையாளர்கள் பலபேருக்கு சென்குப்தா வழிகாட்டியாக இருந்தவர். அவர்மீதான என் பிரமிப்பை மறைத்துக்கொண்டே அவர் கூறக் கூற மரிச்ஜாப்பி கதையை ஆத்திரத்துடன் எழுதுகிறேன்.

சென்குப்தா என்கிற இந்த பெங்காலி பத்ரலோக் அப்பழுக்கற்ற பழக்கவழக்கங்களுடன் சுத்தமான குர்தா-பைஜாமா அணிந்து காட்சி தந்தாலும், லாஸ் வேகாஸின் அழுக்குப் பிடித்த சந்துக்களிலும் மற்ற இடங்களிலும் பாலியல், போதைப்பொருள், மற்றும் ராக் 'என்' ரோல் இசையை ஆவணப்படுத்த தனது வாழ்நாளை செலவழித்த பிரபல அமெரிக்க பத்திரிகையாளர் ஹண்டர் தாம்சனை எனக்கு நினைவூட்டுகிறார். தாம்சன், அனுபவ அடிப்படையிலான செய்தி வழங்கும் முறையை அறிமுகப்படுத்தினார்; இதன்படி நிருபர்களே தங்கள் கதைகளின் மையப் பாத்திரங்களாக மாறும் அளவிற்குத் தங்களை செய்தி சேகரிப்புகளில் ஈடுபடுத்திக் கொண்டனர். இரண்டு படுக்கையறைகள் கொண்ட அரசு குடியிருப்பின் மிகச்சிறிய வரவேற்பறையில் அமர்ந்து காலத்தால் பின்னோக்கிச் செல்லும் சென்குப்தாவிற்கும் இது பொருந்துகிறது.

‘நீங்க எழுதினதே உங்கள துரத்தும். பழைய செய்திக் கட்டுரைகள் உங்ககிட்டயே திரும்ப வரும். பல வருசங்களுக்கு முன்னாடி நீங்க எடுத்த புகைப்படங்கள் அப்படியே ஆழமான வடுக்களா தங்கிடும். 1979 மே மாசம் 16ஆம் தேதி மரிச்ஜாப்பி தீவ அகதிகள்கிட்டருந்து மீட்கப்போறதா இரவுல எனக்கு ஒரு தகவல் கெடச்சது. ஹஸ்னாபாத் படகுத்துறையில நூத்துக்கணக்குல ட்ரக்கையும் லாரியையும் நிறுத்திவெச்சிருந்தாங்க. ஒரு பெரிய போலிஸ் படையே அங்க இருந்தது. ஆர்வமாயிருந்த பொதுமக்கள், என்ன மாதிரி உண்மைய தெரிஞ்சுக்க நெனச்சவங்கனு யாரையும் உள்ள போக விடல.

‘விடியறதுக்கு முன்னாடியே நான் அங்க போயிட்டேன். நானும் என்னோட வந்திருந்த போட்டோகிராஃபரும் தூரத்திலருந்து அகதிங்கள லாரிக்குள்ள தள்ளி ஏத்துறத பாத்தோம். அங்க இருந்த போலிஸ்காரங்க எங்கள எந்தப் படமும் எடுக்க விடல, ஆனாலும் அவரு எப்படியோ சில படங்கள் எடுத்தாரு. அனந்தபஜார் பத்ரிகா என்ற மேற்கு வங்கத்தோட ஒரு மிகப் பெரிய ஊடகக் குழுவோட இருந்த தொடர்பு அதுக்கு உதவிச்சு. போலீச பொறுத்தவரை அப்படியொரு சக்திவாய்ந்த ஊடக நிறுவனத்தோட பத்திரிகையாளரோட பிரச்சனை செய்யவேணாம்னு நெனச்சாங்க. அகதிகள கப்பல்படகிலருந்து இறக்கி லாரியில ஏத்துனத துறையில கட்டியிருந்த ஒரு படகிலருந்து நாங்க படம் எடுத்தோம்.

‘1979 மே 18ஆம் தேதி அனந்தபஜார் பத்ரிகாவில என்னோட செய்திக்கட்டுரை வெளிவந்தது. சதுர் மண்டலோட மனைவி (யாருக்கும் அவங்க பேரு தெரியாது இல்லேன்னா சதுர் மண்டலோட மனைவியான பிறகு யாரும் அவங்ககிட்ட பேர கேட்டு தெரிஞ்சுக்கனும்னு நெனைக்கல) தன்னோட மூனு குழந்தைங்களும் கணவனும் காணலைனு கத்தி அழுதுகிட்டே கப்பல் படகிலருந்து இறங்கினத நான் எழுதினேன்: “மூனு நாளா என் வீட்டுக்காரர காணல, அவர் இல்லாம நான் மட்டும் தண்டகாரண்யத்துக்கு எப்படி போவேன்?” ஆனால் நூத்தியம்பதுக்கும் மேல அங்க இருந்த லாரியில ஏத்தப்பட்டுப் போனவங்கள மாதிரி இவங்களும் போய்த்தான் ஆகனும்.

‘மேக்தூத், ஷ்யாமோலி, சுமித்ரா - இப்படி பேரு வெச்சிருந்த ஒவ்வொரு கப்பல்படகும் கரைக்கு வந்துச்சு. ஆண்களையும் அவங்க உடைமைகளையும், பெண்களையும் கதறும் குழந்தைங்களைம், துத்குண்டி இல்லேனா பன்பூர் வழியா தண்டகாரண்யத்துக்கு கொண்டுபோகறதுக்காக இவங்கள இந்த படகுங்க கரைக்கு அவங்கள சுமந்து வந்துச்சு. குடிக்க தண்ணியோ சாப்பிட உணவோ இல்ல. கப்பல்படகுக்குள்ள பொறந்த குழந்தைங்களுக்கோ அதுங்கள பிரசவிச்ச தாய்மார்களுக்கோ எந்த மருத்துவ வசதியும் இல்ல. லாரிக்குள்ள ஏறும்போது கால் எலும்பு முறிஞ்சுபோன ஒரு பையனுக்கு எந்த முதலுதவியும் கிடைக்கல. அதிகாரிங்களுக்கு ஒரேயொரு வேலதான்: தண்டகாரண்யத்துல இருந்து தப்பிச்சு இங்க வந்த அகதிங்கள லாரியில ஏத்தி நிரப்பி திருப்பி அனுப்பனும்.

‘ஒரு லாரியில வலுக்கட்டாயமா ஏத்தப்படறதுக்கு முன்னாடி என்னால ஒரு அகதிகிட்ட பேச முடிஞ்சது. பவானி மண்டல், மல்கன்கிரியிலருந்து மரிச்ஜாப்பிக்கு வந்ததா கூறினார். ‘தீவுலருந்து இப்படி துரத்தப்படுவோம்னு எங்களுக்குத் தெரியாது. மதிய சாப்பாட்டுக்கு உல வெச்சு அரிசியும் கறியும் சமைக்க ஏற்பாடு செஞ்சிட்டிருந்தோம். அப்பதான் கூரை ஓலைய கீழ இழுத்துப்போடும் சத்தம் கேட்டது. கூரைங்க எங்க தலையிலயே விழுந்துச்சு. சுதாரிச்சு எழுந்துக்கறதுக்கு முன்னாடி போலிஸ் எங்க குடிசைங்களுக்கு தீ வெச்சுது. பொங்கின சோறு பானையில அப்படியே கிடக்க, நாங்க கையில கெடச்சு எங்க உடைமைகள்ல சிலத எடுத்துக்கிட்டு எப்படியோ தப்பிச்சி வெளியே ஓடினோம். போலிஸ்படகுல ஏற வரிசையில நிக்கசொல்லி போலிஸ் எங்களுக்கு உத்தரவிட்டாங்க. எங்களால ஒன்னும் செய்ய முடியல.’

‘இதே கதைய மல்கன்கிரியில் இருந்து வந்திருந்த ஜெகதீஷ் மண்டல்கிட்டருந்தும் நான் கேட்டேன். ஷிபபாதோ சனா, சந்தோஷ் கயான், ரபீந்திரநாத் சர்கார், ஹரிபாதா தேப்நாத் கிட்டருந்தும் கேட்டேன். எல்லாரும் தீவுலருந்து வெளியேற்றப்பட்டு இருந்தாங்க.

‘ஹஸ்னாபாத்துல லாரிங்கள நிறுத்தியிருந்தாங்க. அங்க இருந்த ஹோட்டல்ல வேல செஞ்சவங்க, பொட்டிக்கடை வெச்சிருந்தவங்க எல்லாரும் ஒரு சின்ன பையன் லாரியில

ஏறும்போது படி தவறி கீழ விழுந்ததப் பார்த்திருக்காங்க. அவன் தலை உடைஞ்சு முதுகுலையும் அடிபட்டிருக்கான். அவனோட எலும்பு ஒன்னு ரெண்டு உடைஞ்சிருக்கலாம், ஆனா காவலுக்கு நின்னுட்டிருந்த போலிஸ் அவன அப்படியே லாரிக்குள்ள தள்ளினாங்கனு என்கிட்ட சொன்னாங்க. அப்பதான் குழந்த பெத்த புள்ளத்தாச்சிக்குக்கூட இந்த ஆளுங்க இரக்கம் காட்டல. அவளையும் பொறந்த பச்சக் குழந்தையையும் எந்த மருந்தும் சிகிச்சையும் இல்லாம ஒரு டிரக்குக்குள்ள தூக்கி எறிஞ்சாங்க.

'ஆயுதப்படைகளால அவங்க செய்யிற மாதிரி செஞ்சாதான் மரிச்ஜாப்பியை காலி பண்ண முடியும்னு சில போலிஸ்காரங்க என்கிட்டயே பெருமை அடிச்சுக்கிட்டாங்க. லாரியில போறதுக்கு முன்னாடி சில அகதிங்க என்கிட்ட ஒன்னும் இல்லன்னாலும் கொறஞ்சது மேற்கு வங்கத்துல நடைபாதைலயாவது வாழ்ந்து தினசரி கூலி வேலை செஞ்சு பொழைச்சுக்கலாம்னு நம்பினதா சொன்னாங்க. ஆனா அவங்கள அதிகாரிங்க அனுமதிக்கல.

'அவங்கள்ல ஒருத்தர் ஹரிபாதா தேப்நாத் இந்தியாவுக்கு வந்து இப்படி விதியை நொந்துக்கறதுக்கு பதிலா அவங்க கிழக்கு பாகிஸ்தானிலேயே இருந்திருந்தா நல்லா இருந்திருக்கும்னு சொன்னாரு. விரைவிலேயே மேற்கு வங்கத் தகவல் தொடர்பு மந்திரி புத்ததேப் பட்டாச்சாரியா நிருபர்கள் கிட்ட மரிச்ஜாப்பியில இனிமேல் அகதிகள் இல்லன்னு அறிவிச்சார்.

'2,713 அகதிக் குடும்பங்கள் தீவை விட்டு வெளியேறியதா அதிகாரப்பூர்வ அறிக்கை வெளியிட்டாங்க. இந்த எண்ணிக்கை ஏத்துக்கக்கூடிய எண்ணிக்கை இல்லை. இன்னும் பல்லாயிரக்கணக்கான அகதிகள் தீவில் இருந்து வெளியேற்றப்பட்டு தண்டகாரண்யத்துக்கு திருப்பி அனுப்பப்பட்டதா அகதிங்க சொன்னாங்க.

'சுமார் 3000 அகதிகள் மேற்கு வங்கத்துல இருந்த துத்குண்டி இடைக்கால முகாமுக்கு அழைத்துவரப்பட்டதாவும், அவங்க எல்லாரும் திறந்தவெளியிலயே இரவுகள கழிச்சதாவும் செய்திகள் தெரிவிச்சது. ஏன்னா இந்த இடைக்கால முகாம்கள்ல 500 பேருக்கு மட்டுமே தங்க இடம் இருந்தது. துத்குண்டி உள்ளூர் நிர்வாகம் இரண்டு ஆரம்பப் பள்ளிகள்ல அகதிகள்

தங்கறதுக்கு ஏற்பாடு செஞ்சிருந்தாலும் அதுவும் போதுமானதா இல்ல.

'அகதிங்கள தண்டகாரண்யத்துக்குக் கொண்டு போக சிறப்பு ரயில்கள் தயார் செஞ்சாங்க. இதற்கிடையில உள்ளூர் அதிகாரிங்க ஒவ்வொரு அகதிக்கும் வாரம் 5 ரூபாயும் இரண்டரை கிலோ கோதுமையும் படியா கொடுத்தாங்க. இதுல பாதி அளவுக்கு குழந்தைகளுக்குக் கிடைச்சது.

'மே 18 அன்னிக்கு இரவு அகதிகள் நிலை பத்தி தெரிஞ்சுக்க போட்டோகிராபர் தபன் தாஸ்கூட துத்குண்டிக்கு நான் போகனும்னு என் எடிட்டர் என்கிட்ட கேட்டுக்கிட்டார். நாங்க ஹௌராவிலருந்து ஒரு மினி பஸ்ல ஹுலுபெரியாவுக்குப் போனோம். அங்கிருந்து ஹைதராபாத் எக்ஸ்பிரஸ் புடிச்சு கரக்பூர் போனோம். துத்குண்டி கரக்பூரிலருந்து அரை மணி நேர பயணம். தாஸ், மங்கிட்டிருந்த வெளிச்சத்துல அவர்கிட்ட இருந்த லென்ஸ செக் பண்ணிட்டு அத வெச்சு புகைப்படம் எடுக்குறது கஷ்டம்னு சொன்னார். மரிச்ஜாப்பியில காவல்துறையினர் அவங்க குடிசைங்கள எரிச்ச நெருப்புல மோசமா காயப்பட்டிருந்த அகதிங்களுக்கு துத்குண்டில அடைக்கலம் கொடுக்கப்பட்டிருந்ததா கேள்விப்பட்டேன்.

'ராத்திரி அங்கேயே இருக்க முடிவுசெஞ்சு மேதினிபூர்ல இருந்த விருந்தினர் இல்லத்துக்குப் போனோம். நாங்க அங்க தங்கறது பத்தி மாவட்ட மாஜிஸ்திரேட்டுக்கு தெரிவிக்கனும், அப்படி தெரிவிச்சா அகதிகள சந்திக்க அவர் எங்களுக்கு அனுமதி தரமாட்டார்னு அப்புறம்தான் எனக்குத் தோணிச்சு.

'அதனால ஒரு ரிக்சாவை வாடகைக்கு எடுத்துக்கிட்டு மேதினிபூர் லால் பஜார் பகுதியில இருந்த ஒரு ஹோட்டலுக்குப் போனோம். மறுநாள் காலைல துத்குண்டிக்கு பஸ்ஸுல போனோம். அங்கே வயசான அகதிகள் கொஞ்சம் பேர் முகத்துல எந்த ஒரு உணர்ச்சியும் இல்லாம மரங்களுக்குக் கீழ உட்கார்ந்திருக்குறத பாத்தோம். அரசாங்க அதிகாரிகளோ கட்சி தொண்டர்களோனு நெனச்சு எங்ககிட்ட பேசுறதுல எந்த ஆர்வமும் காட்டல. அங்க இருந்த ரெண்டு மூனு அகதி சிறுவர்கள் என்னை மரிச்ஜாப்பியில நிருபரா பார்த்தத நினைவு வெச்சுக்கிட்டு அடையாளம் கண்டுபிடிச்சப்போ நாங்க மேற்கொண்டு என்ன செய்யனு யோசிச்சுக்கிட்டிருந்தோம்.

‘நாங்க அங்க வந்ததுக்கான காரணத்த அவங்ககிட்ட சொன்னேன். அந்த வயதான அகதிகள் நெருப்புல காயப்பட்டவங்கள சந்திக்க எங்கள அழைச்சுக்கிட்டுப் போனாங்க. தபன் அவங்கள படம் எடுத்தார். ஒரு பையன் என்கிட்ட மார்பகங்கள் மோசமா எரிஞ்ச நிலைல இருந்த ஒரு வயதான பெண்ண பத்தி சொன்னான். அவங்களுடைய புகைப்படத்த எப்படி எடுக்கறதுனு கேட்டான். அந்தப் பெண் இருந்த தகரக் கொட்டகைக்குப் போனோம், அங்க கட்டில்ல படுத்து அவங்க வலியில முனகிக்கிட்டிருந்ததப் பாத்தோம்.

‘அவங்களோட எரிந்த மார்பகங்கள்ல ஈ மொய்ச்சுக்கிட்டிருந்தது. தபன் அவங்கள கட்டிலோட தூக்கிக்கிட்டு கொட்டகைக்கு வெளியே எடுத்துட்டுப் போகலாம்னு சொன்னாரு. ஆனா அந்த அறுபத்தைந்து வயது விதவைக்கிழவி தன்னோட மார்பகங்கள நிர்வாணமா எங்ககிட்டக் காட்ட ஒத்துக்கல. நான் அவங்க காலடியில உட்கார்ந்துகிட்டு, “உங்க மேலாடைய விலக்கி உங்க குழந்தைங்களுக்கு எத்தன முறை பாலூட்டியிருப்பீங்க. நானும் உங்க மகன் மாதிரிதான். எனக்கு முன்னால ஏன் நீங்க வெட்கப்படனும்?” அவங்க தன்னோட அகன்ற கண்களால் என்ன பாத்து நடுங்குற கைகளால் என் முகத்தைத் தொட்டாங்க. நான் அவங்க மார்பிலருந்து சேலையை எடுத்தேன், அவங்களோட ரெண்டு மார்பகமும் தீயில் எரிஞ்சு போயிருந்தது.

‘தபன் அடுத்த நாள் கிடைச்ச வெளிச்சத்துல கண்ணீர துடச்சுக்கிட்டே புகைப்படங்கள் எடுத்தார். நான் வேறு பக்கம் என் பார்வையை திருப்பிக்கிட்டேன்.

‘என்னோட செய்திக்கட்டுரை அனந்தபஜார் பத்ரிகாவில் அவரோட புகைப்படத்தோட 1979 மே 21 அன்னிக்கு வெளிவந்தது. அவங்களோட பேர் போனிபாலா மண்டல்.

‘என்னோட செய்தியில போனிபாலா மண்டலோட மகன் சூர்யகாந்தா மண்டல் என்கிட்ட சொன்னத குறிப்பிட்டிருந்தேன். அவங்களோட குடிசைங்களுக்கு தீ வெச்சப்போ அவரோட அம்மா ஒரு மூலையில தூங்கிட்டிருந்திருக்கார். அவங்களால முடிஞ்சத காப்பாத்திக்க முயற்சி பண்ணியிருக்காங்க. குழந்தைங்கள தூக்கத்திலருந்து எழுப்பி, கிடைச்ச பொருட்கள எடுத்துக்கிட்டு வெளியே ஓடியிருக்காங்க. அவங்க அம்மாவும்

வெளிய வந்துட்டதா நம்பியிருக்காங்க. ஆனா பின்னாடிதான் அவங்க வரலனு உணர்ந்திருக்கார். எரியுற குடிசைக்குள்ள வேகமா போயி அவங்கள பத்திரமா வெளியே கொண்டு வந்திருக்கார். ஆனா அதுக்குள்ள அவங்களோட கையோட ஒரு பகுதியும் மார்பகங்களோட பெரும் பகுதியும் நெருப்புல எரிஞ்சிருச்சு. அந்த நிலையில் அவங்கள வலுக்கட்டாயமா லாஞ்சுல ஏத்திட்டாங்க.

'நான் மத்த அகதிங்களையும் சந்திச்சேன். துத்குண்டி முகாமில பாஷ்மோனி மண்டல் தன்னோட கணவர் துர்கபாதாவும் அவங்களோட பன்னெண்டு வயது மகள் விஷாகாவும் காணாமல் போனத என்கிட்ட சொன்னார். தொலைந்து போனவங்களோட பட்டியல்ல மகான் ஹல்தர், பிரணாய் ஹல்தர், தீபக் சர்கார், சுபாஷ் மண்டல், அனில் பச்சார், சந்தோஷ் சர்கார் (மரிச்ஜாப்பியில ஜனவரி மாதம் நடந்த துப்பாக்கிச் சூட்டுல காலில் சுடப்பட்டு பின்னால் காலையே எடுக்க வேண்டிய நிலைக்குப் போனவர்), ராம்கிருஷ்ணா ஜோர்தார், காளிபடா ராய், ஹஜாரி மண்டல், சுதிர் மண்டல், பசந்தி மண்டல், காளிபடா மண்டல், பிரபாஷ் மிர்தா, ஞானேந்திர ஹல்தர், அவரோட இரண்டு மகன்கள் பிரசாந்தோவும் பிரகாஷும், இவங்கள மாதிரி இன்னும் இன்னும் பல பேரும் இருந்தாங்க.

'தண்டகாரண்யத்துக்கு இந்த நிலைமைல இவங்கள அனுப்பினால் இன்னும் இவங்களுக்குக் கஷ்டமாக இருக்கும்னு சொன்னாங்க. தாண்டகாரண்ய அகதிகள் முகாம் பதிவேடுகள்ல குடும்பத் தலைவர்களோட பேர் மட்டும்தான் குறிப்பிடப்பட்டிருக்கு. குடும்பத் தலைவர்கள் காணாமல் போயிருக்குற நிலைமைல தண்டகாரண்யா அதிகாரிங்களுக்குக் குடும்பத்தோட மற்ற உறுப்பினர்கள அடையாளம் தெரியாம போகலாம். அப்ப இவங்க என்ன செய்வாங்க? எங்க போவாங்க?

'துத்குண்டி முகாமுக்குள்ள இருந்த அகதிங்கள விட மரத்துக்குக்கீழ உட்கார்ந்திருந்தவங்கதான் அதிகம். அன்னிக்கு மாலை அவங்கள கரக்பூருக்கு கொண்டு போக லாரிகளும் பஸ்களும் வந்துச்சு. அங்கிருந்து அவங்கள தண்டகாரண்யத்துக்கு ரயில்கள்ல அனுப்ப திட்டம். ஆனா

அவங்க யாரும் போக தயாரா இல்ல. லாரி மேலையும் பஸ்சு மேலையும் கல்ல வீசி எதிர்ப்புத் தெரிவிச்சாங்க. பஸ்சும் லாரியும் திரும்பிப் போச்சு. ஆனா போலிஸ்காரங்களும் இடதுசாரிக் கட்சித் தொண்டர்களும் சேர்ந்து சுமார் 500 அகதிங்கள லாரியிலையும் பஸ்சுலையும் கட்டாயப்படுத்தி ஏத்தி அன்னிக்கு நடுராத்திரியே கரக்பூருக்கு அனுப்பினாங்க. துத்குண்டியில இருந்த நன்றிகெட்ட அகதிங்களுக்கு சாப்பாடும் தண்ணியும் கொடுக்க கஷ்டப்பட்டு உழைச்சதா ஒரு கட்சி ஊழியர் என்கிட்ட சொன்னாரு.

'அகதிகள் காணாம போன தங்களோட உறவினர்கள திரும்ப வந்து தேடப்போறதா என்கிட்ட சொன்னாங்க. சுமார் 3,000 அகதிகள் காவல்துறையினர் கிட்டருந்து தப்பிச்சு சுந்தரவனத்தோட பல்வேறு பகுதிகள்ல பதுங்கி இருப்பதாவும் அவங்க இனி ஒருபோதும் திரும்பிப்போக மாட்டாங்கனும் சொன்னாங்க.

'மரிச்ஜாப்பி பத்தி அனந்தபஜார் பத்ரிகாவுக்கு அனுப்பின என்னோட கடைசி செய்திக்கட்டுரை இது.'

சுகோரஞ்சன் சென்குப்தா ஆழ்ந்து மூச்சை இழுத்துவிட்டுவிட்டு தனது வாசிப்பறைக்குள் செல்கிறார். மரிச்ஜாப்பி காற்றில் கனமாகத் தங்கியிருக்க தனது பழைய கட்டுரைகளின் கோப்புகளுடன் அவர் திரும்பி வர நான் காத்திருக்கிறேன். அவரை முதலில் மரிச்ஜாப்பிக்கு அழைத்துச் சென்றது எது என்று அவரிடம் கேட்கிறேன். அவர் கோப்பைத் திறக்கிறார்.

கோப்பு புகைப்படம்

‘எனக்கு இந்தப் பகுதிகள் தெரியும். 1971இல் பங்களாதேஷ் ஒரு சுதந்திர நாடா உருவானபோது பாக்னாவில் உள்ள நதி இந்திய கடற்படைக்கு ஒரு முக்கியமான செயல்பாட்டு மையமா இருந்தது. கடற்படை தளத்துல நடப்பது குறித்து செய்தி சேகரிக்க நான் இங்கு போயிருக்கேன். நான் அப்ப மரிச்ஜாப்பினு கேள்விப்பட்டதில்ல, ஆனா இந்தப் பகுதி பாக்னானு தெரிஞ்சிருந்தது. அங்க எந்த போலிஸ் கப்பலும் அப்ப இயங்கல. நீர்வழில பாக்னா, சந்தேஷ்காளியில இருந்து பதினஞ்சு கிலோமீட்டர் தொலைவுல இருந்தது. பெரிய அலைகள் வந்தா அங்க இருந்து செய்தியளிக்கிறது ரொம்பவே கஷ்டமான காரியம்.

‘யாரும் கேள்விபட்டிருக்காத இந்த மரிச்ஜாப்பி தீவுல அகதிகள் பெருவாரியா வருவது பத்தி செய்தி சேகரிக்கும்படி அனந்தபஜார் பத்ரிகா என்கிட்ட கேட்டப்போ அத நான் ஒரு சவாலாதான் எடுத்துக்கிட்டேன். ஆனா பாக்னாவுக்கோ மரிச்ஜாப்பிக்கோ எப்படி போகனும்? ராத்திரி எங்க தங்குவேன்? திரும்பவும் ஒரு நிருபரா பல வருடங்கள் வேலை பார்த்து ஏற்படுத்திக்கிட்ட நட்புகள் உதவி செய்துச்சு. எல்லைப் பாதுகாப்புப் படையின் (BSF - Border Security Force) உயர் அதிகாரிகள் நிறைய பேர எனக்குத் தெரியும். அந்த அமைப்பு உருவானதிலிருந்து என்னோட கல்லூரிகால நண்பர்கள் பலர் அதுல உயர் அதிகாரிகளாக சேர்ந்திருக்காங்க. அவங்களுக்குக் கீழ வேலை பார்க்கும் துணை அதிகாரிகளுக்கு என்ன நல்லா தெரியும். பங்களாதேஷ் சுதந்திரப் போராட்டத்தின்போது எங்க உறவு இன்னும் பலப்பட்டது.

‘மரிச்ஜாப்பியில என்னோட பழைய நண்பர் பிகாஷ்காளி பாசுவை சந்திச்சேன். அவர் பின்னாளில் கல்கத்தாவோட போலிஸ் கமிஷனராவும் அதுக்கப்புறம் மேற்கு வங்க காவல்துறை டைரக்டர் ஜெனெரலாகவும் இருந்தார். அந்த நேரத்துல அவர் BSF -வோட துணை காவல் ஆய்வாளர் ஜெனரலா இருந்தார். என்னோட எடிட்டர் கிட்டருந்து சம்மதம் கிடைச்ச பிறகு நான் பிகாஷ்காளியை சந்திக்கப் போனேன்.

‘1978 மே 1ஆம் தேதி கல்கத்தாவிலிருந்து பிஎஸ்எஃப் ஜீப்பில ஹஸ்னாபாத்தில இருந்த ஜவான்களோட முகாமுக்கு

நாள் முடிவுல போய் சேந்தோம். என்கூட பழைய தோழர் புகைப்படக்காரர் தபன் தாஸ் இருந்தார். ராத்திரி கொஞ்ச நேரம் முகாமில் ஓய்வெடுத்துட்டு அதிகாலையில ஹஸ்னாபாத் படகுத்துறைக்குப் போனோம். அங்க கங்கல்ஹரி நீராவிப்படகு எங்களுக்காக நின்னுட்டிருந்தது. இந்த கங்கல்ஹரி ஸ்டீமருக்கு ஒரு வரலாறு இருக்கு. 1971ஆம் ஆண்டு பங்களாதேஷ் சுதந்திரப் போரின்போது இந்திய இராணுவம் குல்னாவை வெல்ல இந்த ஸ்டீமர் உதவியா இருந்தது. இந்த ஸ்டீமரில இருந்து போராடிய வீரர்களோட துணிச்சலப் பத்தி நான் ஏற்கெனவே எழுதியிருக்கேன். அது நீண்ட, களைப்பான நாளா இருந்தது, அதனால ஸ்டீமருல ஏறினதும் நல்லா தூக்கத்துல விழுந்துட்டோம்.

'மறுநாள் அதிகாலையில எழுந்து கப்பல் தளத்திற்குப் போனோம். அன்னிக்கு நான் பாத்தது என்னென்னிக்கும் என் இதயத்தில வடுவாகத் தங்கிடும்னு எனக்கு தெரின்சிருக்கல. சின்ன சின்ன படகுகள்ல நதிமாதிரி கண்ணுக்கெட்டுற தூரம் வரைக்கும் நிரஞ்சிருந்த பெண்களையும் குழந்தைகளையும் பாத்தேன். இன்னும் பல நூத்துக் கணக்கான மக்கள் முதுகுல தங்களோட உடைமைகள சுமந்துகிட்டு நதிக்கரையில நடந்து போயிட்டிருந்தாங்க. காலை ஒன்பது மணியளவில கங்கல்ஹரி, பாக்னா பிஎஸ்எஃப் துறைமுகத்த அடைஞ்சது. பிஎஸ்எஃப் உயர் அதிகாரிகள் கிட்டருந்து யாரும் மரிச்ஜாப்பிக்கு பக்கத்துல போகக்கூடாதுனு உத்தரவு வந்திருக்கறதா எங்ககிட்ட சொன்னாங்க. ஆனா ஒரு படகை வாடகைக்கு எடுத்துட்டு நாங்க தீவுக்குப் போனோம். நானும் தாஸும்தான் வரலாற்றுல ஒரு துயர சம்பவமா எஞ்சிப்போன அந்தத் தீவுல காலடி எடுத்து வெச்ச முதல் பத்திரிகையாளர்கள்.

'1978 மே 2ஆம் தேதி காலை 9.30 மணி. அனந்தபஜார் பத்ரிகாவின் அடுத்த நாள் பதிப்பில், சராசரியா ஒரு நூறு அகதிகள் தண்டகாரண்யத்தை நிராகரிச்சு மரிச்ஜாப்பிய இனி தங்களோட வீடா நெனச்சு தீவுக்குள்ள நுழைஞ்சதப் பத்தி எழுதினேன். இதுவரை மனிதகுலத்தோட வாசனையே இல்லாம இருந்த இந்த தீவுல, இப்போ குழந்தைகள் மகிழ்ச்சில கத்துற சத்தம், பனை மர ஓலைகளையும் கோரன் மரங்களையும் வெட்டி குடிசைங்க கட்டுற சத்தம், ஆண்களும் பெண்களும் சுள்ளியைப் பொறுக்கிட்டிருக்க, "கடவுளே, இன்னும்

நாங்க என்னெல்லாம் அனுபவிக்கனுமோ!"ன்னு வலியில வயசானவங்களும், ஊனமானவங்களும் கதற்ற சத்தம் எல்லாம் நிரம்பி இருந்துச்சு.

'ஒரு போர்ச்சூழல்ல இருக்குற வேகத்தோட அகதிகள் அந்தத் தீவ தங்களோட வாழ்விடமா மாத்திட்டிருந்தாங்க. கடைகள விரிச்சு அதுல அரிசி, பருப்பு, சமையலெண்ணெய், உப்பு, மசாலாப் பொருட்கள் மாதிரி தேவையான பண்டங்கள வித்துக்கிட்டிருந்தாங்க. இதையெல்லாம் ஹஸ்னாபாத்திலிருந்து மூட்டைகள்ல கட்டி எடுத்துட்டு வந்த அகதிங்க இப்போ இந்த கடைகள்ல அதை மத்தவங்களுக்காக வித்துக்கிட்டிருந்தாங்க. சுத்துவட்டாரத்துல 5-7 மைல் வரைக்கும் இருந்த கடைகள்ல வித்த விலையை விடவும் அகதிங்களோட கடைகள்ல விலை குறைவா இருந்ததால பக்கத்து தீவுலருந்து வந்து கூட பொருட்கள வாங்கிட்டுப் போனாங்க.

'பக்கத்து தீவுகள்லருந்து அன்னன்னைக்கு விளைஞ்சத காய்கறி விக்கிறவங்க கொண்டு வந்து தீவுல வசிச்சவங்களுக்கும், தீவுவாசிங்களோட கடைகள்ல மத்த தீவுகள்லருந்து பொருள் வாங்க வந்தவங்களுக்கும் சேத்து வித்தாங்க. அகதிகள் பொதுவா தங்களோட உணவு தேவைக்குதான் மீன்களைப் பிடிச்சாங்க. ஆனாலும் அதிர்ஷ்டவசமா என்னிக்காவது பெரிய மீனைப் பிடிச்சா பாக்னா வரைக்கும் போயி அங்க இருந்த சந்தைல நாலு ரூபாயிலருந்து பத்து ரூபாய் வரைக்கும் அத வித்துட்டு வந்தாங்க. இந்த மாதிரி அவங்க இன்னும் எவ்வளவு காலம் தள்ள முடியும்னு எனக்கு ஆச்சரியமா இருந்தது.

'சுந்தரவனத்தில தண்ணீருக்குப் பஞ்சம் இல்லன்னாலும் அது உப்பு கரிச்சு குடிக்க முடியாம இருந்தது. தீவில இருந்து ஒரு மூனு நாலு மைல் தொலைவுல துளை கிணறு ஒன்னும் ஒரு குளமும் இருந்துச்சு. அங்கருந்து நல்ல தண்ணிய அகதிங்க பானையிலயும் பாத்திரத்திலயும் சுமந்துகிட்டு படகுல தீவுக்குக் கொண்டு போனாங்க. ஆனா ஏறக்குறைய 13,000 அகதிகளுக்கு இவ்வளவு குறைவான குடிநீர் எப்படி போதும்? அவங்க அரிசி கேக்கல; அவங்க கேட்டதெல்லாம் குடிக்க நல்ல தண்ணி மட்டும்தான்.

'மேற்கு வங்க அரசோட தலைமைச் செயலாளர் அமியோ குமார் சென் இங்க வந்திருந்து அகதிகள் கிட்ட அவங்க என்ன

பிரச்சனைக்காக தண்டகாரண்யத்தை விட்டு வெளியேறி மரிச்ஜாப்பிக்கு வந்தாங்களோ அந்தப் பிரச்சனைகள நிவர்த்தி செஞ்சுகொடுத்தா அவங்க திரும்பிப் போவாங்களானு கேட்டாரு. அகதிகள் "இல்லை"னு திட்டவட்டமா கத்தி பதில் சொல்லிட்டாங்க. இப்ப தண்டகாரண்யத்துல இருக்குற வாழ்க்கைத் தரத்த அகதிகள் குழு அரசாங்க அதிகாரிகள்கூட போயி அவங்களே பாக்கலாம்னு பரிந்துரைச்சார். அவருக்கு பதில் ஒரு வயதான விதவைகிட்டருந்து வந்தது: "தண்டகாரண்யா திரும்பிப் போக சொல்றதுக்கு பதிலா எங்கள நீங்க ஆத்துலயே மூழ்கடிச்சிடலாம்." சென் அங்கிருந்து தன்னோட படகுக்குத் திரும்பும்போது அகதிகள் அவர்கிட்ட கெஞ்சினாங்க: "ஐயா, நீங்க எங்களுக்கு நிவாரணம் தரலேன்னாலும் பரவாயில்ல. கொறைஞ்சது குடிக்க நல்ல தண்ணியாவது ஏற்பாடு செய்யுங்க."

'சில அகதிகள் என்கிட்ட என்னிக்கா இருந்தாலும் அவங்க மரிச்ஜாப்பிய விட்டு வெளியேற வேண்டியிருக்கும், ஏன்னா அரசு அங்க தீவுல தென்னை சாகுபடிக்கு நிறைய பணம் செலவழிச்சிருக்குறதா கேள்விப்பட்டத சொன்னாங்க. இந்தத் தீவுல இருக்குற பசுமைய கெடுக்க என்னிக்கும் அவங்க விரும்ப மாட்டாங்கன்னும் சொன்னாங்க.

'மரிச்ஜாப்பிக்கு அடுத்து கபுரா காலுக்கும் சர்சா நதிக்கும் இடையில சுமார் ஐம்பது ஏக்கர் காடு இருக்கு. உள்ளூர்வாசிகள் இதை ஜூபி காடுனு கூப்பிடறாங்க. காடு அடர்த்தியா இருந்தாலும் அங்க இருக்குற மரங்களும் புதர்களும் உயரம் குறைவு. அகதிகள் அங்க குடிசைங்கள கட்ட அந்தக் காட்டை அகற்றத் தொடங்கினாங்க. கல்கத்தாவின் சர்வே அலுவலகத்துலருந்து அகதித் தலைவர்களுக்கு அந்த இடத்தோட வரைபடம் கிடைச்சது. கடல் தளத்திலிருந்து அந்த இடத்தோட உயரத்த கணிச்சு அங்க மழை நீர சேகரிச்சு அந்த நீரை குடிநீரா பயன்படுத்த ஒரு குளம் அமைக்கத் திட்டம் போட்டாங்க.

'இரவுல காட்டு விலங்குங்க அண்ட விடாம நெருப்பு மூட்டி அத சுத்தி உக்காந்து கத்திப் பேசிக்கிட்டிருந்தாங்க. அவங்களே மாறி மாறி முழிச்சிருந்து தங்களோட கூட்டத்த பாதுகாத்தாங்க. அவங்களோட தலைவர்கள் உடலாலும் உள்ளத்தாலும் வலிமையானவங்களா இருந்தாங்க. அந்தத் தீவ தங்களோட வீடா மாத்தினாலும் அங்க இருந்த தென்னந்தோட்டத்த எந்த

வகையிலும் தொந்தரவு செய்ய மாட்டோம்னு என்கிட்ட சொன்னாங்க. அவங்க இதுவரைக்கும் ஒரு தென்னை மரத்தக் கூட வெட்டினதில்ல. வனத்துறை காவல் அதிகாரிங்களே இவங்களோட ஒழுக்கத்தப் பாராட்டினார்.

'என்னோட செய்திக் கட்டுரையை மரிச்ஜாப்பியில இருந்து அனுப்பி அது அனந்தபஜார் பத்ரிகாவில் வெளியிடப்பட்டப்போ மேற்கு வங்க மக்களுக்கு தொலைதூர நிலத்தில் புதிய குடிகள் வந்து வாழ்ந்துகிட்டிருந்தது தெரிய வந்துச்சு. அரசாங்கத்தோட உள்துறை அமைச்சகம், உளவுத்துறை, காவல்துறை, ஏன் வேற பத்திரிகைகளோட செய்தியாளர்கள் கூட என்னால எப்படி மரிச்ஜாப்பிக்குப் போக முடிஞ்சதுனு கேட்டாங்க.

'மரிச்ஜாப்பி பத்தி நான் எதுவும் என் கற்பனைக் கதைய சொல்லல, என் செய்தியறிக்கையோட வெளியான புகைப்படங்கள் மட்டும் இல்ல, 1978 மே 22ஆம் தேதி நான் மரிச்ஜாப்பியில் இருந்தப்போ அமியோ குமார் சென் என்னை அங்க பார்த்தார்ங்கற தாலையும் நிரூபணமாச்சு. அவர் ஒரு ESTHAR கப்பலில் தீவுக்கு வந்திருந்தார். என்கிட்ட நான் எப்படி அங்க வந்தேன்னு கேட்டார்.

'அகதிகளுக்கு குடிநீர் இல்லைன்னும், அதுக்கு அவர் ஏற்பாடு செய்யனும்னும் அவர்கிட்ட சொன்னேன். சென் கூட ஜனாதிபதி பிரிவின் ஆணையர் பென் ஆண்டனியும் ஒரு பொறியியலாளரும் இருந்தாங்க. சென் அவங்ககூட என்னையும் அரசாங்கத்தோட கப்பல்ல திரும்பிப் போக சொன்னாரு. ஆனா நான் பிஎஸ்எஃப் ஆட்கள்கூட தங்கினேன்.

'ஜூன் மாதத்துக்குள்ள கிட்டதட்ட 45,000 அகதிகள் தண்டகாரண்யத்திலிருந்து மேற்கு வங்கத்துக்குப் போனாங்க. ஆனா ஜூலை மாசத்துல மேற்கு வங்க அரசு இனிமேலும் அகதிகளை அனுமதிக்க முடியாதுனு முடிவெடுத்துச்சு. ஹவுரா நிலையத்தில ஆயிரக்கணக்கான அகதிகள மாநில காவல்துறையினர் தடுத்து நிறுத்தினாங்க. புர்த்வான் பக்கத்துல இருக்குற காசிபூர்ங்கற இடத்துக்கு அவங்கள அழைச்சிட்டுப் போனாங்க.

ஜூ'லை 22 அன்னிக்கு இந்த அகதிங்க போலிஸ் கூட சண்டை போட்டாங்க. அந்தப் பகுதி காங்கிரஸ் தலைவர் போலா சென் கீழ இருந்தது. அனந்தபஜார் பத்ரிகா

அலுவலகத்துக்கு சென்னே போன் செஞ்சு போலிஸ் காசிபூர் முகாமில மரிச்ஜாப்பிக்குப் போற வழியில தடுத்து நிறுத்தப்பட்ட அகதிங்க மேல துப்பாக்கிச் சூடு நடத்தினதா சொன்னாரு. ஆனாலும் கவர்மெண்ட் இதப்பத்தி எந்த அறிக்கையும் வெளியிடல. அதனால அனந்தபஜார் பத்ரிகா என்ன நடந்ததுனு தெரிஞ்சுக்க ஒரு நிருபரை புர்த்வானுக்கு அனுப்பியது.

'ஜூலை 23 அன்னிக்கு அனந்தபஜார் பத்ரிகா ஒரு செய்தியை வெளியிட்டது, அதில் ஜூலை 22 அன்னிக்கு தண்டகாரண்ய அகதிங்களுக்கும் போலீசாருக்கும் இடையே நடந்த மோதல்ல ஒன்பது பேர் கொல்லப்பட்டதைக் குறிப்பிட்டது. இறந்தவங்கள்ல ஒருத்தர் முப்பத்தெட்டு வயசு போலிஸ் கான்ஸ்டபிள் குஷோத்வாஜ் மண்டல், மத்தவங்க எல்லாம் அகதிகள். ஆனா பிரஸ்ஸுக்கு போற வரைக்கும் எத்தன பேர் இறந்தாங்கன்னு ஒரு அதிகாரப்பூர்வ அறிக்கை எதுவும் இல்ல. காவல்துறையினர் பதினைந்து தடவ சுட்டாங்க, அஞ்சு பேரை கைது பண்ணாங்க. அப்பகுதியில் 144 தடை விதிக்கப்பட்டது. அகதிங்கள தண்டகாரண்யத்துக்கு கொண்டு போக லாரியில ஏறச்சொல்லி கட்டாயப்படுத்தினப்போதான் இந்த மோதல் தொடங்கிச்சு.

'தங்கள லாரியில கட்டாயப்படுத்தி ஏறச்சொன்னதா அகதிகள் புகார் அளிக்க, போலிஸ்காரங்க பெரும்பாலான அகதிகள் அவங்களாகவே லாரியில போயி ஏறினதாகவும் அவங்கள்ல ஒரு சில பேர் ஒரு குழுவா சேர்ந்து காவல்துறையினரைத் தாக்கி ஒரு வேனுக்கு தீ வெச்சதாகவும் குற்றம் சாட்டினாங்க. காவல்துறை கண்காணிப்பாளர் அமியா குமார் சமந்தா போலிஸ் பதினைஞ்சு முறை சுட்டதாகவும் ஆனா அதுல யாரும் இறந்திருக்கிறார்களா என்று உறுதியாத் தெரியலன்னும் சொன்னார்.

'எட்டு பேர் இறந்ததா அகதிங்க சொன்னாங்க, ஆனா நாலு பேர மட்டுமே அவங்களால அடையாளம் காட்ட முடிஞ்சது: ஜெகதீஷ் ஹல்தர் (முல்கோரா, மகாராஷ்டிரா முகாம்), பவித்ரா சர்கார் (சந்தாகோப், மகாராஷ்டிரா முகாம்), அங்கூர் மண்டல் (சுர் கோஜா, அம்பிகாபூர், மத்திய பிரதேச முகாம்), அமுல்யா கராபி.

'துப்பாக்கிச் சூட்டுல இறந்ததா சொல்லப்பட்ட மத்த நாலு பேர அவங்களால அடையாளம் காட்ட முடியல. இறந்தவங்கள காவல்துறைகிட்ட ஒப்படைக்காம அவங்களே முகாமுக்குப் பின்னால புதைச்சதா என்கிட்ட சொன்னாங்க. துப்பாக்கிச் சூட்டில் மூன்று பேர் இறந்திருக்கலாம்னு சமந்தா பின்னர் அறிக்கைக் கொடுத்தார்.

'1978 ஆகஸ்டிலும், செப்டம்பர் கடைசியிலும் மேற்கு வங்கம் கனமழை வெள்ளத்தில மூழ்கிச்சு. இந்தப் பிரச்சனையில பொதுமக்களோட நினைவில மரிச்ஜாப்பி பின்னுக்குத் தள்ளப்பட்டது. அக்டோபர் மாசம் வரைக்கும் மரிச்ஜாப்பியோட துணிச்சலான அகதிங்களப் பத்தி செய்தியோ அவங்க மேல ஆர்வமோ யாருக்கும் இல்ல. மாநிலம் முழுக்க வெள்ளத்தைப் பத்தி செய்தி சேகரிச்சிட்டிருந்தோம். மேற்கு வங்கத்தின் இடது முன்னணி அரசாங்கத்தோட ஒரு அங்கமான புரட்சிகர சோசலிஸ்ட் கட்சியின் (Revolutionary Socialist Party) தலைவர்கள் வெள்ளத்தின் போது அகதிகளுக்கு உதவி செஞ்சதா பின்னர் கேள்விப்பட்டோம்.

'அரசியல் ரீதியா இந்தக்காலம் இருட்டடிப்பு செய்யப்பட்டதும் முக்கியத்துவமும் வாய்ந்தது. தண்டகாரண்யத்துக்குப் போயி அகதிங்கள சந்திச்சு மேற்கு வங்கத்துக்கு வரச் சொன்ன அமைச்சர் ராம் சாட்டர்ஜி அவங்க மரிச்ஜாப்பிக்கு வந்த பிறகு ஒரு முறை கூட போயி பாக்கல. இருந்தாலும் ஃபார்வர்ட் பிளாக் கட்சியைச் சேர்ந்த சுஹ்ரித் மல்லிக் அப்பப்ப தீவுக்குப் போயி அகதிகள் தலைவர் சதீஷ் மண்டலைச் சந்திச்சார். எதிர்க்கட்சித் தலைவர் காஷிகாந்தா மைத்ரா சட்டசபைல மரிச்ஜாப்பி பிரச்சனைய எழுப்பினார். அதுமட்டுமில்லாம, வெள்ளத்தப்போ ஆர்எஸ்பி தொழிலாளர்கள் மரிச்ஜாப்பியில இருந்த அகதிகளுக்கு உதவி செஞ்சாங்கங்கறத சிபிஐ (எம்) நல்லவிதமா எடுத்துக்கல.

'சட்டசபைல காஷிகாந்தா மைத்ராவோட குரல முடக்க ஜோதி பாசு பிரதமர் மொரார்ஜி தேசாயோட உதவிய அணுக முடிவு செஞ்சார். பதிலுக்கு தேசாய் மேற்கு வங்க ஜனதா பார்ட்டி ப்ரெசிடென்ட் பிரபுல்லா சந்திர சென்கிட்ட இது என்ன விஷயம்னு கவனிக்கும்படி கேட்டுக்கிட்டார். காஷிகாந்தா மைத்ராகிட்ட ஜோதி பாசு நேரடியா பேசனும்னு சென் அறிவுறுத்தினார். அதுக்கு பதிலா ஜோதி பாசு ஜனதா கட்சியின் தலைவர் ஃபஜ்லூர் ரெஹ்மானை சந்திச்சார். ரெஹ்மானும்

பாசுகிட்ட இந்த விஷயம் பத்தி காஷிகாந்தாகிட்ட பேசும்படி கேட்டுக்கிட்டார். வீம்புபுடிச்ச பாசு அவர்கிட்ட இந்த விஷயம் பத்தி சட்டசபையில பேசி தீத்துக்கிட்டாச்சுனு சொல்லிட்டார்.

‘ஃபஜ்லூர் ரெஹ்மான்கூட எனக்கு நல்ல உறவு இருந்தது. ஜோதி பாசு ரெஹ்மான இந்து அகதிகளுக்கு எதிரா பேச வைக்க முயற்சிக்கக் காரணம் அவர் ஒரு முஸ்லிம்ங்கறதால இருக்கலாமானு நான் அவர்கிட்டயே கேட்டேன். இதுக்கு ஒரு சுவாரஸ்யமான பின்னணி இருக்கு. *1966* மார்ச் *5*ஆம் தேதி சில இந்து அகதிகள் கிருஷ்ணா நகரில் இருக்குற ரெஹ்மானோட மூன்றடுக்கு மாடி வீட்டுக்கு தீ வெச்சுட்டாங்க. என்னோட கேள்வியைக் கேட்டதும் ரஹ்மான் என்னை இறுக்கமா அணைச்சுக்கிட்டு, “நான் அந்த நாள மறந்துட்டேன். என் வீடு எரியறத ஒரு நிருபரா நீங்களே பாத்தீங்க. நான் அன்னிக்கு அங்க இல்ல. ஜோதி பாசு மரிச்ஜாப்பியில இருக்குற இந்து அகதிகளுக்கு எதிரா என்ன பேச வைக்க முயற்சி பண்ணுறது உண்மதான். ஆனா நான் அவர்கிட்ட பிரதமர்கூட சேர்ந்து தண்டகாரண்யத்துக்குப் போயி அங்க இருக்குற அகதிங்களோட நிலைய அவரே நேருல பாத்து புரிஞ்சுக்கும்படி கேட்டுக்கிட்டேன்.”

‘ரெஹ்மானோட முஸ்லிம் அடையாளத்தக் கொண்டுவரதோ ஜோதி பாசு மத அடையாளத்த வெச்சு விளையாட முயற்சி பண்ணத சொல்றதோ என் நோக்கம் இல்ல. உண்மையில *1977*க்குப் பிறகு சிபிஐ (எம்) மேற்கு வங்கத்தோட பல்வேறு தொகுதிகள்லயும் குறிப்பா பசிர்ஹத் - ஹஸ்னாபாத் பகுதியில முஸ்லிம் ஓட்டு வங்கிய உருவாக்கி வெச்சிருந்தாங்க. வரலாற்றுக் காரணங்களுக்காகவும் பொருளாதார காரணங்களுக்காகவும் மரிச்ஜாப்பியின் ஹிந்து அகதிகள் கூட முஸ்லிம்கள் நட்பா இல்லை.

1978 நவம்பர் - டிசம்பர் மாதங்கள்ல மேற்கு வங்க அரசின் காவல்துறை மரிச்ஜாப்பி தீவைச் சுத்தி ஊடுறுவினாங்க. குறிப்பா பக்கத்துத் தீவான குமீர்மரிக்கு. அகதிகள உளவு பாக்க உள்ளூருல இருந்த படகோட்டிங்கள பயன்படுத்திக்கிட்டாங்க. மேற்கு வங்க அரசு தீவோட அனைத்து வகையான பொருளாதார நடவடிக்கைகளையும் தடுக்கறதுக்கு தன்னாலான எல்லா விதத்துலையும் செஞ்சு பாத்துதுனு எனக்குத் தெரிஞ்சது. தீவுக்குத் திரும்பவும் போக வேண்டிய நேரம்!

‘1978 டிசம்பர் மாதம் கடைசி வாரத்தில் பிஎஸ்எஃப் ஸ்டீமர்ல மரிச்ஜாப்பிக்கு எதிரேயிருந்த பாக்னா கிராமத்தோட எல்லையில இருந்த ராணுவக் கூடாரத்துக்குப் போனேன். ஆனா பகல் வெளிச்சத்துல தீவுக்குப் போகல. அந்தி சாயுற நேரமே படகுல தீவுக்குப் போனேன். என்ன அடையாளம் கண்டதும் தீவ பாதுகாத்துட்டிருந்த சில அகதிங்க அவங்க அங்க கட்டியிருந்த பள்ளிக்கூடக் கட்டிடத்திக்குக் கூட்டிட்டுப் போனாங்க. அங்க நான் சதீஷ் மண்டலைச் சந்திச்சு அரசாங்கம் ஏதோ தீங்கிழைக்கத் திட்டமிடுவத சொல்லி எச்சரிச்சேன். மண்டலும் என்கிட்ட தனக்கு ஏதோ நெருடலா இருந்ததா சொன்னாரு. திரும்புற வழியில நதிக்கரையில அகதிகள் துறைமுகத்தை உருவாக்க முயற்சி செய்திட்டிருந்ததைப் பார்த்தேன். பத்துலேருந்து பன்னிரெண்டு படகுகளை ஏற்கெனவே செஞ்சி வெச்சிருந்தாங்க. இன்னும் கொஞ்சம் படகுகளைக் கட்டிக்கிட்டிருந்தாங்க. என் கூட வந்திருந்த புகைப்படக் கலைஞர் தேவி பிரசாத் சின்ஹா சில புகைப்படங்கள் எடுக்க விருப்பப்பட்டார். அதனால கொஞ்சம் மண்ணெண்ண விளக்குகள வாங்கி அந்த வெளிச்சத்துல படங்கள் எடுத்தாரு. அந்தப் படங்கள் எல்லாம் அனந்தபஜார் பத்ரிகாவில் என்னோட கட்டுரையோட வெளிவந்துச்சு. எங்கிருந்தோ வந்திருந்த பலதரப்பட்ட இந்த மக்கள் கூட்டம் ஒரு தீவ இப்படி அற்புதமா மாத்தி வெச்சிருந்ததப் பாத்து எனக்கு ஆச்சரியமா இருந்தது.

‘என் பயம் உண்மையாச்சு. காடுகள் பாதுகாக்க சட்டம் ஒன்னு இருந்தது. மேற்கு வங்க அரசு மரிச்ஜாப்பி மேல அந்த சட்டத்த விதிச்சது. 1979ஆம் ஆண்டு ஜனவரி 26 அன்னிக்கு தீவுக்கு இனி யாரும் உணவு, நீர், மருந்துகள கொண்டு போக முடியாதுனு உத்தரவு போட்டாங்க. நூத்துக்கும் மேல போலிஸ் படகுகள் தங்க படைங்களோட மரிச்ஜாப்பிய சூழ்ந்துகிட்டாங்க. தீவுல அன்னிக்கு அரசாங்கத்தோட அக்கிரமம் ஆரம்பிச்சது. 1979 -ல மே மாசம் அந்தத் தீவு முழுக்கவும் பலவந்தமா மக்கள அகற்றி, பல பேர்கள கொன்னு, போனிபாலாவோட மார்பகங்கள எரிச்சாங்க. ஒரு பத்திரிகையாளனா என்னோட இந்த வாழ்க்கைல நான் பல கொடூரங்கள பாத்திருக்கேன். ஆனா இத்தன வருடங்களுக்கப்புறமும் ராத்திரில கண்ண மூடுனா போனிபாலாவோட தழும்பும் அவங்க கண்கள்ல தெரிஞ்ச பயமும் இன்னும் என் கண்ண விட்டு மறையல.’

- டிசம்பர் 2017, பெல்காச்சியா, கொல்கத்தா

4
நிரஞ்சன் ஹல்தர்

கொல்கத்தாவின் தெற்கு விளிம்பில் இருக்கும் போஸ் புகூரில் உள்ள நிரஞ்சன் ஹல்தரின் அபார்ட்மெண்ட், நகரத்தின் வடக்கு முனையில் உள்ள சிபிஐ (எம்) கட்சி அலுவலகத்தை எனக்கு நினைவூட்டுகிறது. புத்தகங்களும் ஆவணங்களும் திவானில் குவிந்திருக்க அதற்கிடையில் ஹல்தர் தனக்காக ஒரு சிறிய இடத்தை உருவாக்கிக் கொண்டிருக்கிறார். அவரை சூழ்ந்திருக்கும் நிறமற்ற பிளாஸ்டிக் நாற்காலிகளில் ஒன்றை எனக்கு அமர வழங்குகிறார்.

இவை கட்சி அலுவலகத்தில் நீங்கள் காணும் புத்தகங்களோ ஆவணங்களோ அல்ல. ஹல்தரின் பெரும்பாலான ஆவணங்கள் மேற்கு வங்கத்தின் இடது முன்னணி ஆட்சியை விமர்சிப்பவையாகவும், சில அவர்கள் மிக மோசமாகத் தவறிழைத்த மரிச்ஜாப்பி குறித்த ஆவணங்களாகவும் இருக்கின்றன.

மரிச்ஜாப்பியில் நடந்தவை குறித்து மூடிமறைக்க மறுத்ததால் ஹல்தரின் வேலை வாய்ப்பு பறிபோனது. இந்த மூத்த செய்தித் தொடர்பாளர் எங்கள் குடும்ப நண்பராகவும், மரிச்ஜாப்பியின் மிகச் சிறந்த எழுத்தாளர்களில் ஒருவராகவும் இருந்தார். மேற்கு வங்கத்தின் கம்யூனிஸ்ட் அரசாங்கம் அவர் பணிபுரிந்த செய்தித்தாள்களின் நிர்வாகத்தை கையகப்படுத்திக்கொண்டு அவருக்கு மேம்போக்கான பணிகளை மட்டும் வழங்கி அவரது செயல்பாடுகளை முடக்கியது. அவர் பெயர் தாங்கிய கட்டுரைகள் நின்றுவிட்டன, ஆனால் மரிச்ஜாப்பி குறித்த அவரது தேடல்கள் நிற்கவில்லை. இந்த எண்பத்தாறு வயது முதியவர் கொல்கத்தாவின் ஆராய்ச்சி வட்டாரங்களில் மரிச்ஜாப்பி குறித்த வாழும் விக்கிபீடியாவாகக் கருதப்படுகிறார்.

கம்யூனிஸ்ட் அரசாங்கத்தின் 'பித்தலாட்டத் துறை'யால் ஒதுக்கப்பட்ட ஹல்தர் ஒரு காலத்தில் கம்யூனிஸ்டாக இருந்தவர் என்பது சுவாரசியமானது. 'நான் 1949 -இல கிழக்கு பாகிஸ்தானிலிருந்து இந்தியா வந்தேன். மாணவர்களின் இயக்கத்தில் ஈடுபட்டதற்காக என் பெயரில பிடி வாரண்ட் வழங்கப்பட்டதால போலிஸ் கிட்டருந்து தப்பிச்சு ஓடினேன். கம்யூனிசம் உங்கள எல்லா வகை பிரச்சனைகளிலும் மாட்டிவிடும். கல்லூரி நாட்கள நாம நினைவில வெச்சுக்கனும்,' என்று அவர் சிரிக்கிறார்.

என் வாழ்க்கையின் ஆரம்ப நாட்களின் ஓர் அத்தியாயம் வீண் கோஷங்களிலும் இதர வேலைகளிலும் பாழடிக்கப்பட்டதை நினைவூட்டும் விதமாக அமைந்த இந்த எதிர்பாராத குறிப்பில் நான் வெட்கப்படுகிறேன். ஹல்தருக்கு ஒரு அசட்டுப் புன்னகையை வழங்குகிறேன்.

'சொல்லுங்க, மரிச்ஜாப்பி பத்தின ஆராய்ச்சில எவ்வளவு தூரத்துல இருக்கீங்க?'

மத்திய பிரதேசத்தின் மத்தியப் பிரதேசங்களிற்கும் சத்தீஸ்கரின் ராய்ப்பூரில் உள்ள மனா முகாமிற்கும் நான் மேற்கொள்ளும் பயணங்களைக் குறித்து ஹல்தரிடம் சொல்கிறேன். மத்தியப் பகுதியில் உள்ள பெதுல் மாவட்டத்தின் சோப்னா கிராமத்தில் பாஜக யுவ மோர்ச்சா தலைவர் மனோஜ் காரதியை நான் எப்படி சந்தித்தேன் என்று அவரிடம் சொல்கிறேன். வங்காள அகதிகள் மட்டுமே இருக்கும் முப்பத்தாறு கிராமங்களில் ஒன்று இப்பிரதேசம். இவர்கள் கிழக்கு பாகிஸ்தானில் இருந்து மேற்கு வங்கத்திற்கு வந்திறங்கிய பிறகு தண்டகாரண்யத்துக்கு அனுப்பப்பட்ட மனிதர்கள்.

முகாம்கள் இன்று இல்லை. ஆனால் இந்த மக்கள் இன்னும் எஞ்சியிருக்கிறார்கள். அவர்களின் அடுத்த தலைமுறையினருக்கு மரிச்ஜாப்பியைப் பற்றி அவ்வளவாகத் தெரியவில்லை. பலர் அந்த இடத்தைப் பற்றிக்கூட கேள்விப்பட்டிருக்கவில்லை.

விவசாயம் செய்து, கடை ஒன்றை வைத்து நடத்தி வரும் ஐம்பத்தெட்டு வயதான காரதியின் தந்தை கித்திஜ் சந்திர காரதி என்ற பாஜக தொண்டரான இவரைப் போன்ற சிலர்

மரிச்ஜாப்பிக்குப் பயணம் மேற்கொண்டனர். ஆனால் அங்கே படுகொலை நடப்பதற்கு முன்பே திரும்பிவிட்டனர்.

'அவங்களுக்கு மரிச்ஜாப்பி இன்னும் ஞாபகம் இருக்கா?' ஹல்தர் ஆர்வமாகக் கேட்கிறார்.

ஆம் என்று அவரிடம் சொல்கிறேன். நேர்காணலின் போது கித்திஜ் சந்திர காரதி, நோயாலும், ஊட்டச்சத்து குறைபாடாலும் அல்லது இரண்டாலும் இறந்த குழந்தைகளை ஆற்றில் போட்டதை நினைத்து என் முன்பு உடைந்து அழுதார். தண்டகாரண்யா முகாம்களிலிருந்து மரிச்ஜாப்பியை அடைந்த முதல் கூட்டத்தில் அவர் இருந்தார். குடிசைகளை உருவாக்கக் கோரன் மரங்களை வெட்டுவதும், இரவு நேரங்களில் காட்டு மிருகங்களிடமிருந்து வீடற்ற சக மனிதர்களுக்கு விழித்திருந்து காவல் காத்ததும், அத்தியாவசிய பொருட்களுக்காக அண்டை தீவுகளுக்கு படகுகளை எடுத்துச் சென்று அவற்றைக் கொண்டு வருவதுமாக வேலை பார்த்திருந்தார். ஆனால் இறுதியில் அந்த சக மனிதர்களும் மரிச்ஜாப்பி கனவும் குறித்த தன் நம்பிக்கையைக் கைவிட்டார்.

அவர் சிபிஎம் அரசாங்கத்தை மட்டுமல்ல அகதி தலைவர்கள் மீதும் தவறிருக்கிறது என்று இப்போது குற்றம் சாட்டுகிறார். அகதிகளின் தலைவர் ரைஹரன் பாருய் தீவிற்கு ஒரு சிபிஎம் தலைவரை காலணிகளாலான மாலை ஒன்றை அணிவித்து வரவேற்றிருக்கிறார்! அதற்கு அன்றைய அரசாங்கம் பதிலடி கொடுக்கத் தவறவில்லை.

ஹல்தர் பெருமூச்சு விடுகிறார். 'இந்த அதிர்ஷ்டங் கெட்டவங்களோட துன்பத்துக்கு முடிவே இல்ல,' என்று அவர் கூறுகிறார். 'பங்காபாசி கல்லூரியின் மாணவனா நான் சரணார்த்தி சேவா தளத்தில் (அகதிகள் நிவாரணக் குழு) அங்கம் வகிச்சேன். நாங்க ஹௌரா நிலையத்துக்குப் போயி, அகதிகளோட தகவல்களை படிவத்துல நிரப்பி கல்கத்தா மற்றும் அதைச் சுற்றியிருக்குற பல்வேறு முகாம்கள அரசாங்கம் அவங்களுக்கு ஒதுக்கித்தர உதவினோம். அகதிகளுக்கு டோல் கிடைச்சது ஆனா அவங்க வேறு இடங்கள்ல வேலை செய்ய அனுமதிக்கப்படல. அவங்களுக்குக் கிடைச்ச நிதி உதவி அடிப்படையான வாழ்வாதாரத்துக்குக்கூட போதுமானதா

இல்லை. விஷயத்த அவங்களே தங்களோட கைகள்ல எடுத்துக்க ஆரம்பிச்சாங்க. காலி நிலங்கள் எங்கும் நில ஆக்கிரமிப்பு செஞ்சாங்க. அவர்களோட இயக்கத்தில நான் ஈடுபட்டிருந்தேன். என் அனுதாபம் அகதிகளுக்குதான். மரிச்ஜாப்பில மட்டுமே அகதிகள் தங்களோட சொந்த விருப்பத்தின் பேரில குடியேற முயன்றது நடக்கலனு நீங்க புரிஞ்சுக்கனும்.

'தண்டகாரண்யா அகதிகள் முகாம்களிலிருந்து அகதிகளின் வருகை வங்காளத்தில் இருந்தது என்பது எங்களுக்குத் தெரியும்; அவர்களின் இலக்கு மரிச்ஜாப்பி என்பது தெரியல. அரசாங்கத்துடன் போராட அவங்ககிட்ட இருந்த உறுதிய பத்தியும் எங்களுக்குத் தெரியல.

'என்னோட மெஜ்தா (மூத்த சகோதரர்) ஹஸ்னாபாத்தில் தங்கியிருந்தார். பல அகதிகள் தங்களோட இறுதிப் பயணமான மரிச்ஜாப்பிய அடையறதுக்கு முன்னாடி அங்க தங்கறதுக்கு இடம் தேடினாங்க. அவங்களோட அவலநிலை பத்தி அவர் எனக்கு கடிதங்கள் எழுதினார். அவரோட கடிதங்கள் மூலமாதான் காரதி உங்ககிட்ட சொன்னது போல குழந்தைகள் பசியிலும் பட்டினியிலும் கொத்துக் கொத்தாக இறந்துகொண்டிருந்தாங்கனு தெரிஞ்சுக்கிட்டேன்.

'உண்மையைச் சொல்லனும்னா அவங்க மேற்கு வங்கத்துக்கு கூட்டம் கூட்டமா வந்ததை நான் எதிர்த்தேன். அந்த முகாம்களில்

நிலவிய பரிதாபமான சூழல் பத்தி எனக்குத் தெரியல. மேற்குவங்க அரசின் அறிவுறுத்தலின் பேரில் தண்டகாரண்யா முகாம்களுக்குச் சென்ற ஐசிஎஸ் அதிகாரி சாய்பால் குப்தா மூலமாதான் எனக்கு உண்மைய உணர்ந்துகொள்ள சந்தர்ப்பம் கிடைச்சது. அங்குள்ள நிலைமையையும் மத்திய அரசோட அலட்சியத்தையும் பார்த்த பிறகு அவர் வேலையை ராஜினாமா பண்ணிட்டார். தண்டகாரண்யா அகதிகள் மறுவாழ்வுத் திட்டத்தின் படுதோல்வியைப் பற்றிய விரிவுரைகளையும் அவர் வழங்கினார். அவரோட இரண்டு விரிவுரைகளில் நானும் கலந்துகிட்டேன். அவங்க திரும்பிப் போகனும்னு நினைச்சது எத்தனை முட்டாள்தனமானதுனு உணர்ந்தேன்.

அனந்தபஜார் பத்ரிகாவின் அப்போதைய ஆசிரியர் கோர் கிஷோர் கோஷிடம் பேசினேன். மரிச்ஜாப்பி பற்றிய சாய்பால் குப்தாவின் எழுத்துக்கள் வெளியிடப்பட்டன. அவரோட கட்டுரைங்க மூலமா தண்டகாரண்ய முகாம்களில் இருந்த அகதிங்களோட வாழ்நில எப்படி இருந்ததுனு வாசகர்கள் தெரிஞ்சுக்கிட்டாங்க.

'ஒரு சிலருக்கு இதப்பத்தி தெரியும். அதாவது அகதிகள் 1975இல் தண்டகாரண்யத்திலிருந்து குழுக்களா வர முயற்சி பண்ணப்போ அன்றைய மேற்கு வங்க அரசு (சித்தார்த்த சங்கர் ரேயின் கீழ் அன்றிருந்த அரசாங்கம்) அவர்களை ஜர்கிராம் எல்லையிலிருந்து திருப்பி அனுப்பியது. இதுல முரண் என்னன்னா கம்யூனிஸ்ட் கட்சி அலுவலகத்துல இந்த முடிவுக்கு எதிரா ஒரு கூட்டம் நடத்தினாங்க (பின்னாளில் மரிச்ஜாப்பி படுகொலைக்கு உத்தரவிட்ட அதே கம்யூனிஸ்ட் கட்சி). ஆனா அவசரநிலை காலகட்டத்துல அகதிகள் பத்தியும் அவங்களோட இக்கட்டான நிலைமை பத்தியும் அதிகம் தெரிஞ்சுக்க முடியல.

'தண்டகாரண்யத்தில் அகதி இயக்கத்தில் ஈடுபட்டிருந்த சமூக ஆர்வலர்கள் எல்லாரையும் அவசரநிலை காலத்துல உள்நாட்டு பாதுகாப்புச் சட்டத்தின் அடிப்படையில சிறையில் அடைச்சாங்க. என்னோட நெருங்கிய நண்பரா இருந்த சுந்தரவனத்தைச் சேர்ந்த ஜனதா கட்சி எம்.பி. சக்தி சர்கார் மூலமா நான் மீண்டும் அகதி இயக்கத்துக்கிட்ட அவர்களுடைய தொடர்ப ஏற்படுத்தினேன். பெரும்பாலான அகதிகள் சமூக

மற்றும் பொருளாதார ரீதியா பின்தங்கிய, வங்காளத்தின் மிகப்பெரிய தலித் சாதியான நாமசூத்திர சாதியைச் சேர்ந்தவர்கள். சர்காரும் ஒரு பிற்படுத்தப்பட்ட சாதியைச் சேர்ந்தவர்ங்கறதால அவருக்கு அவங்க மீது அனுதாபம் இருந்தது. படிச்ச, உயர் சாதி கிழக்கு வங்காளிகளா இருந்த பெரும்பாலான இடதுசாரி தலைவர்கள் மாதிரி இல்லாம சர்கார் அகதிகளுடைய மீள்குடியேற்றத்த விரும்பினார். வங்காளத்தில வீடுகள் கட்ட அகதிகளோட போராட்டம் குறித்து அவரின் தோழர்களையே சமாதானப்படுத்த முடியாதபோது (சிபிஎம் முன்பு தான் வழங்கியிருந்த வாக்குறுதிகளை மறந்த நிலையில்), சர்கார் சில அறிவுஜீவிகளையும் செய்தியாளர்களையும் மரிச்ஜாப்பிக்கு தன்கூட அழைச்சிட்டுப் போனார். அந்த நேரத்தில நான் அவங்ககூட இல்ல. நான் பின்னாடி ஒரு மோசமான சூழல்ல தீவுக்கு பயணம் செஞ்சேன்.'

ஆட்சிக்கு வந்த உடனேயே இடது முன்னணி அரசாங்கத்தின் நிலைப்பாடு இந்த அகதிகள் குறித்து என்னவாக இருந்தது என்று நான் ஹல்தரிடம் கேட்கிறேன்.

"மேரே தாராஓ" (வலுக்கட்டாயமாக அவர்களை வெளியேற்றுதல்). அப்படித்தான் அரசாங்கம் வீடற்றவர்களை நடத்தியது. அகதிகள் மேற்கு வங்கத்தில் வேறு இடங்களிலும் குடியேறினாங்க. தெற்கு கொல்கத்தாவில இருக்குற ஜாதவ்பூரும் அகதிகளோட மீள்குடியிருப்புக் காலனிதான். ஆனா இவங்க சிபிஐ(எம்) ஆதரவாளர்கள்; இடதுசாரிகளின் வாக்காளர் எண்ணிக்கையில் இவங்க ஒரு கனிசமான பகுதியா இருந்தாங்க. எனவே அவங்களோட அரசாங்கத்துக்கு எந்த பிரச்சனையும் இல்ல.

'சிடிசன்ஸ் ஃபார் டெமக்ரசி என்ற அமைப்புகூட எனக்கு ஈடுபாடு இருந்தது. சாய்பால் குப்தா மேற்கு வங்கத்தின் தலைவராவும், ஜெயப்பிரகாஷ் நாராயண் அதோட அகில இந்திய ப்ரெசிடெண்டாகவும், வி.எம். தார்குண்டே செயலாளராகவும் இருந்தாங்க. மரிச்ஜாப்பி அகதிகளுக்காக சக்தி சர்கார் ஏற்பாடு செய்த கூட்டங்கள்ல நான் கலந்துகிட்டேன். அவங்களுக்கு அரசு செஞ்ச கொடுமைங்கள பாத்து நான் அதிர்ச்சியாகிட்டேன்.

'ஜனவரி 1979 -இல மரிச்ஜாப்பி குடியிருப்புவாசிகள் மீதான பொருளாதாரக் கட்டுப்பாடுகளைத் தொடர்ந்து பலர் பட்டினில இறந்தாங்க. அகதிகளுக்கு நிவாரணம் வழங்க விரும்பினவங்கள அரசாங்கம் வெளியேறும்படி கேட்டுக்கிச்சு. அவங்களோட நிவாரணப் பணிகள் தடுக்கப்பட்டன. இருப்பதுலயே குழந்தைங்கதான் அதிகம் பாதிப்பிற்குள்ளானாங்க. அவங்களோட இறந்த உடல்கள ஆத்துல எறிஞ்சாங்க. மீனவர்கள் மீனுக்குப் பதிலா உடல்கள வலைகள்ல பிடிச்சாங்க!

'மெஜ்தா மட்சயாஜிபி சமிதி (மீனவர் கமிட்டி) செயலாளரா இருந்தார். அதனால அவருக்கு அங்க நடந்ததப்பத்தி தெரிஞ்சிருந்தது. அவர் எனக்கு மரிச்ஜாப்பி பத்தி அடிக்கடி எழுதினார். பிரபல எழுத்தாளர் சுனில் கங்குலியும் பல்வேறு பத்திரிகைகள்ல தீவுவாசிகளுக்கு எதிரான கொடுமைகள் பற்றி எழுதினார். அவங்களுக்கான உணவ பறிச்சது மூலமா எதிர்ப்பு தெரிவிக்கக்கூட முடியாம அவங்களோட ஆன்ம பலம் நொறுக்கப்பட்டது; சில சமயங்கள்ல அவங்க நாலு நாள் வரைக்கும் கூட உணவில்லாம இருந்தாங்க.

'புகழ்பெற்ற காந்திய சமூக ஆர்வலர் பன்னலால் தாஸ்குப்தாவின் அறிக்கை பரபரப்பை ஏற்படுத்திச்சு. மரிச்ஜாப்பியில் இருந்து தண்டகாரண்யத்துக்கு வலுக்கட்டாயமா வெளியேற்றப்பட்ட அகதிகளுக்கு ஆதரவு தர அவங்ககூட பயணம் செய்ய அவர்கிட்ட கேட்டாங்க. பயணத்தின் போது இறந்த குழந்தைங்களின் தாய்மார்களோட துக்கத்துக்கு கொஞ்சம்கூட மதிப்பில்லாம அவங்க உடல்கள ரயில்ல இருந்து தூக்கி எறியப்பட்டத அவர் எழுத்துக்களில் பதிவு செஞ்சார். இந்த அறிக்கை ஜுகந்தர் செய்தித்தாளில் வெளிவந்துச்சு. பிரமோத் தாஸ்குப்தாங்கற பெரும் இடதுசாரி தலைவர், மரிச்ஜாப்பி பற்றிய பன்னலால் தாஸ்குப்தாவின் அறிக்கைகளைத் தொடர்ந்து வெளியிட்டால் செய்தித்தாளின் எல்லா அரசு விளம்பரங்களையும் ரத்து செய்வோம்னு பயமுறுத்தினார்; மரிச்ஜாப்பி குறித்த அனைத்து செய்திகளும் நிறுத்தப்பட்டன. நானும் ஒதுங்கிக்கிட்டேன். தி ஸ்டேட்ஸ்மேன் தவிர மரிச்ஜாப்பி பத்தி யாரும் எந்தக் கட்டுரையையும் வெளியிடல. தேசிய ஊடகங்கள் இந்தப் பிரச்சினைய

ஆராய முயன்றபோது அவற்றின் உரிமையாளர்களை மேற்கு வங்க அரசாங்க அதிகாரிகள் அணுகி மரிச்ஜாப்பி பத்தி அவங்க எதையும் வெளியிடக்கூடாதுனும் அது எல்லாமே இடதுசாரிக்களுக்கெதிரான பொய்ப் பிரச்சாரம்னும் சொன்னாங்க.'

ஆட்சிக்கு வந்த பிறகு இடதுசாரிகளின் அந்தர் பல்டியை அவர் எப்படி விளங்கிக்கொள்கிறார் என்று அவரிடம் கேட்கிறேன். ஹல்தர் அதற்குக் காரணம் அரசியல்தான் சூழலியல் அல்ல என்கிறார்.

'மேற்கு வங்கத்துல இடதுசாரி ஆட்சிக்கு வந்ததும் அகதிங்கள ரெண்டு கை விரிச்சு வரவேற்போம்னு பிலாயில் நடந்த ஒரு கூட்டத்தில ஜோதி பாசுவே அவங்ககிட்ட சொன்னார். இதில் முரண் என்னன்னா உத்பஸ்து உன்னாயன்ஷில் சமிதியின் கீழ் அகதிகள் செயல்பட்டாங்க. இடதுசாரிகள் தங்கள் கிளையா சமிதி செயல்படனும்னு விரும்பினாங்க. அந்த மாதிரி செஞ்சா அந்த அமைப்பு இனி சுதந்திரமா செயல்பட முடியாதுனு சமிதி அப்படி செய்ய மறுத்தது; எந்தவொரு அரசியல் கட்சிகூடவும் தங்கள இணைச்சுக்கக் கொடுத்த சலுகைங்கள அது நிராகரிச்சது. அங்குதான் பிரச்சனை தொடங்கிச்சு.

'உதாரணமாக, திரிபுராவில், அனைத்து ஆதிவாசிகளும் கம்யூனிஸ்டுகளாக இருந்தாங்க. அதே சமயத்துல வங்காள அகதிகள் காங்கிரஸ் கூட இணைஞ்சிருந்தாங்க. இருந்தாலும், 1977இல் அகதிகள் இடது முன்னணிக்கு வாக்களிச்சாங்க. சிபிஐ (எம்) மாநிலத்தில ஆட்சிக்கும் வந்தது. அதனால, அகதிகள் வங்காளத்துக்கு வெளியவே இருந்தா இடதுசாரிகளின் சக்தி இந்தியா முழுவதும் பெருகும்னு இடதுசாரி தலைவர்கள் நெனச்சாங்க. மத்திய பிரதேசத்தின் பஸ்தாரில் சிபிஐ வேட்பாளர் ஒருவர் உள்ளாட்சித் தேர்தலில் வெற்றி பெற்றார். அகதிகள் வங்காளத்துக்கு வரத இடதுசாரி தலைவர்கள் விரும்பல.

'அனந்தபஜார் பத்ரிகாவில் மரிச்ஜாப்பியில் அகதிகள் மீள்குடியேற்றத்துக்கு இடதுசாரிகளின் கடுமையான எதிர்ப்பின் காரணத்த பகுப்பாய்வு செய்ய என்கிட்ட கேட்டப்போ இடதுசாரிகளோட இந்த வியூகத்தப் பத்தி நான்

எழுதியிருந்தேன். இது பத்தின இரண்டு கடிதங்களையும் மொழிபெயர்த்து வெளியிட்டேன் - ஒன்னு ஜோதி பாசுவே எழுதினது, இன்னொன்னு சமர் முகர்ஜி, 1961இல் அப்போதைய அகதிகள் நிவாரண மற்றும் மறுவாழ்வு அமைச்சர் பிரபுல்லா சென்னிற்கு, தண்டகாரண்யத்தில் அகதிகளின் மீள்குடியேற்றத்துக்கு எதிரா எழுதினது. இவங்களே அகதிகளுக்கு நிலத்த மறுத்ததோட இல்லாம அரசாங்கத்தோட தன்னிச்சையான உத்தரவுகள பின்பற்றலைனு அந்த மக்கள இரக்கமேயில்லாம கொன்னுடுவாங்கனு யார் கற்பனை செய்திருக்க முடியும்?

'1978ஆம் ஆண்டு ஏற்பட்ட வெள்ளத்துல கூட இந்த அகதிகளை வெளியேற்றுவதற்கான முயற்சிகள அரசாங்கம் நிறுத்தல. அவங்களுக்கு உதவ பிரபல கவிஞரும் பத்திரிகையாளருமான ஜோதிர்மய் தத்தா ஒரு கலாசார விழாவை ஏற்பாடு செஞ்சார். அதுல பிரபல பாடகர்களான சுசித்ரா மித்ரா, தேபப்ரதா பிஸ்வாஸ், நிர்மலேந்து சவுத்ரி, ஹேமந்த முகர்ஜி (தற்செயலாக, இவர்களில் பெரும்பாலானவர்கள் இடது அனுதாபிகள்) போன்றோர் பங்கேற்று பணம் திரட்ட உதவி செஞ்சாங்க.'

'அகதிகள் தீவில் மரங்கள வெட்டினாங்கனு அரசாங்கம் சொல்றத பத்தி என்ன நினைக்கிறீங்க?' என்று நான் அடுத்து கேட்கிறேன்.

'அது ஒரு பொய். இந்த அகதிங்க கிழக்கு பாகிஸ்தான சேர்ந்தவங்க. அங்க ஏராளமான நீர்நிலைகள் இருக்கு. மீன் வளர்ப்பும் தொழிலும் அவங்களோட ரத்தத்தில இருந்தது. முக்கியமா, வறண்ட நிலமான தண்டகாரண்யத்தில் கூட, அவங்க ஏதாவது சின்ன குளத்த பாத்தாலே அதுல மீன் வளர்த்து கல்கத்தாவுக்கு அனுப்பினாங்க. மரிச்ஜாப்பியில் அவங்க விலை அதிகமான நிறைய மவுசு இருந்த கல்தா சிங்ரி (இறால்) வளத்தாங்க. அவங்க வயல்ல வேல செஞ்சாங்க. ஒரு பள்ளிக்கூடத்தையும் ஆஸ்பத்திரியையும் கட்டினாங்க. தீவுக்கு வெளியேயிருந்து ரெண்டு டாக்டர்ஸ் அங்க வேலைக்கு போனாங்க. தீவுவாசிகள் எப்பவும் மரங்களை வெட்டல.

'தீவுக்குள்ள இருந்த ஆஸ்பத்திரியோட நீர் ஆதாரத்தில் போலிஸ் விஷத்தைக் கலக்கினாங்க. அதனால குழந்தைங்க

இறந்து போனாங்க. டாக்டர்ஸ் தண்ணீர பரிசோதனைக்கு அனுப்பி சோதிச்சதுல உண்மை வெளிய வந்தது. மரிச்ஜாப்பி மேல எடுத்த நடவடிக்கையப்போ தீவுக்கு வந்த ஒரு டாக்டர் தொடர்ந்து பங்களாதேஷுக்கு பயணம் செஞ்சார். ஒவ்வொரு முறையும் அவர் திரும்பி வர முயற்சி செஞ்சப்போ அவர் மீது ரெய்டு நடத்துவாங்க.

'அவர் வீடு வடக்கு 24 பர்கானாவில இருக்குற மஸ்லாந்தபூரில் இருந்தது. அவர் பாக்தாவில் உள்ள ஹெலெஞ்சாவுக்கு தன் இருப்பிடத்த மாத்திக்கிட்டார். ஆனாலும் அவங்க அங்கேயும் அவர ரெய்ட் செஞ்சாங்க. பின்னாடி மக்கள் தொகைல கணிசமா பெங்காலி அகதிகள் இருந்த உத்தரகண்டுக்கு தப்பிச்சுப் போக வேண்டியிருந்தது. அப்புறம் அவர் இந்தூரில் இருந்தத கண்டுபிடிச்சாங்க. இடதுசாரி அரசாங்கம் அகதிகளை மரிச்ஜாப்பியில் நாசப்படுத்தியதற்கு முன்னும் பின்னும் அவங்களத் தேடிப்போய் இரக்கமில்லாம துன்புறுத்திச்சு.

'பத்திரிகையாளர்களா நாங்க இன்னும் அதிகமா செய்திருக்கலாம்தான். ஆனா அன்னிக்கு எண்ணிக்கையில நாங்க ரொம்ப குறைவாதான் இருந்தோம். மாநில அரசு விளம்பரங்களை நிறுத்திடுமோனு ஊடக உரிமையாளர்கள் கவலப்பட்டாங்க,' என்று ஹல்தர் கூறுகிறார்.

'சட்ட உதவி என்னாச்சு?'

'தீவில் தேபப்ரதானு ஒருத்தர் இருந்தார். பொருளாதார முடக்கம் தொடங்கினப்போ அவர் சட்டதரணி நிஹரேந்து தத்தா மஜும்தார். அவரோட உதவியாளர் சாக்கியா சென் ரெண்டு பேரையும் பாக்க போனார். பொருளாதாரக் கட்டுப்பாடுகளுக்கு எதிரான நீதிமன்றத்தோட உத்தரவ அரசாங்கம் மீறியது. மே 1979இல் தீவு எரிக்கப்பட்டதுக்கப்புறம் மஜும்தாரும் சென்னும் நீதிமன்றத்தோட அறிவுறுத்தலின் படி எரிஞ்ச தீவ நேர்ல பாத்து ஆய்வு செஞ்ச பிறகு இன்னொரு வழக்க தாக்கல் செஞ்சாங்க. அவங்க திரும்பி வந்து அறிக்கைய சமர்ப்பிச்சப்போ பெஞ்ச் மாறியிருந்தது. அதுக்கு தலைமையா நீதிபதி பி.சி. பசாக், ஜோதி பாசுக்கு நெருக்கமானவர்னு அறியப்பட்டவர், பொறுப்பேத்துக்கிட்டார். மரிச்ஜாப்பி பாதுகாக்கப்பட்ட பகுதினும் மரிச்ஜாப்பி மக்கள்

அத்துமீறல் செய்பவர்கள்னும் கூறி வழக்கை நீதிமன்றம் தள்ளுபடி செய்தது. சட்ட உதவியை பெறலாம்னு நம்பினதும் போச்சு.

'இந்த அகதிகள் தன்னிறைவு பெற்றவர்களாகவும் சுயாதீனர்களாகவும் இருந்தது உண்மை. அவங்களே பீடி தயாரிச்சு வித்துப் பொருளீட்டினாங்க. ரொட்டி தயாரிச்சு அதை வித்தாங்க. மீன் வளர்ப்பு, படகு தயாரிக்கிறது, இதுகூட ரொட்டி மாவுக்கான விளைச்சலையும் அவங்களே செஞ்சாங்க. இந்த தன்னிறைவு சிபிஐ(எம்) -இன் முக்கிய கொள்கைக்கு அச்சுறுத்தலா இருந்தது. அதாவது தேவைப்படுபவர்களுக்கும் தாழ்த்தப்பட்டவர்களுக்கும் உதவனும், அந்த உதவிக்கு ஈடா அவங்க ஆதரவையும், அந்த ஆதரவா அவங்களோட வாக்குகளையும் எதிர்பாக்குறாங்க. ஆனா மரிச்ஜாப்பி மக்கள் அரசாங்கத்துக்கிட்டருந்து எதையும் பெற விரும்பல; அவங்க கேட்டது எல்லாம் தங்குறதுக்கு ஒரு இடம்தான்.

'அகதிகளோட முதுகெலும்பை உடைக்க அரசாங்கம் செஞ்ச பித்தலாட்டம் இன்னும் ரொம்ப தரம் தாழ்ந்தது. குமீர்மரியில், மரிச்ஜாப்பியைச் சேர்ந்த, தீவுக்குத் தீ வைக்க முயற்சி பண்ண ஒரு பையன பாத்தேன். அவனால தீ வைக்க முடியல. அரசாங்கம், ஒரு சாலை மேம்பாட்டு அலுவலர் மூலமா அவனுக்கு சாலைக் கட்டுமானத் தொழிலாளியா வேல கொடுக்கறதா வாக்குறுதி தந்து அவனுக்கு ஆசைகாட்டியத கண்டுபிடிச்சாங்க.

'பொருளாதார முடக்கத்தப்போ, எந்தவொரு உதவியும் தீவுவாசிகளுக்குப் போகாம அரசாங்கம் தடுத்ததால தீவில் உணவு இல்ல. மக்கள் வேறு வழியில்லாம காகங்கள கொன்னு திண்ண வேண்டிய மோசமான நெலமைக்குப் போனாங்க.'

'ஒருவேள வேறு அரசாங்கமா இருந்திருந்தா இது வேற மாதிரி இருந்திருக்கும்னு நினைக்கிறீர்களா?' என்று நான் அவரிடம் கேட்கிறேன்.

வரலாற்றை நினைவுகூரும் ஹல்தரின் முகத்தில் ஆயாசம் படர்கிறது. 2011இல் "மா மதி மனுஷ்" (அம்மா, தாயகம் மற்றும் மக்கள்) என்ற கோஷங்களுடன் ஆட்சிக்கு வந்த மக்கள் தலைவி மம்தா பானர்ஜி, மரிச்ஜாப்பி படுகொலை குறித்து நீதி

விசாரணை செய்யப்படும்னு உறுதி கொடுத்தார். ஆட்சிக்கு வந்த பிறகு, அங்கொன்னும் இங்கொன்னுமா சிதறியிருந்த அகதிகள் சிலபேர அழைச்சு அவங்களுக்கு கிலோ ரெண்டு ரூபாய்க்கு அரிசியும் சிறப்பு ரேஷன் கார்டும் கொடுத்தார். கணக்கில்லாம மனித மாண்பு சிதைக்கப்பட்டவங்களுக்கும் இழந்த உயிர்களுக்கும் நிர்ணயிக்கப்பட்ட விலை அது.

'இதுதான் அதிகாரத்தின் இயல்பு. இதுல விசித்திரம் என்னன்னா இப்பக்கூட நீங்க மரிச்ஜாப்பிக்குப் போனீங்கன்னா தீவுல போலிஸ்காரங்க உன்னிப்பா கண்காணிக்கறத பாப்பீங்க. அங்க என்ன இல்லேன்னா யார பாதுகாக்கறாங்கங்கறது மர்மம்தான். 1979இல அந்தத் தீவுல மனிதாபிமானம் செத்துப்போச்சு.'

- ஜனவரி 2018, போஸ் புகூர், கொல்கத்தா

5
சாக்கியா சென்

பால்ம் அவென்யூ. தெற்கு கொல்கத்தாவின் உயர் ரகக் காலனிகளில் ஒன்று. நகை முரணாக, மேற்கு வங்கத்தின் கடைசி கம்யூனிஸ்ட் முதல்வர் புத்ததேவ் பட்டாச்சார்ஜி வாழ்ந்துவரும் பகுதி. அவர் வாழ்நாள் முழுவதும் தொண்டு செய்த கட்சி இதைவிட மோசமான குற்றங்களை செய்திருக்கும்போது நாம் நிச்சயமாக ஓர் ஆடம்பரமான முகவரிக்காக அவர்மேல் கோபப்பட முடியாது.

என்னைச் சுற்றிலும் அலங்காரமான குடியிருப்புகள், இவற்றுள் சில தோன்றி தசாப்தங்களுக்கு மேல் ஆகியிருக்காது. சிலவை இன்னுமே புதிதானவை. ஆனால் நான் நடந்து சென்றுகொண்டிருக்கும் வீடு கடந்த காலத்தைச் சேர்ந்த ஒரு பழமையான வீடு. தன்னைச் சுற்றியிருக்கும் புதிய குடியிருப்புகளைப் பார்த்து 'இதையெல்லாம் நான் நிறைய பார்த்திருக்கிறேன்,' என்று நகைத்தபடி கம்பீரமாக அமர்ந்திருக்கிறது.

14/1/B, பால்ம் அவென்யூ வீட்டில் வசிக்கும் வக்கீல் சாக்கியா சென் இப்போது தனது எழுபதுகளில் இருப்பவர். தன் முப்பது வயதில் மரிச்ஜாப்பியில் வேட்டையாடப்பட்டவர்களுக்காகப் போராடி அவர்களுக்கு நீதி வழங்க முயன்றவர். நகரத்தில் வாழும் இந்த வழக்கறிஞர் முதுகு உடைக்கப்பட்டவர்களுக்காக எழுந்து நின்றவர், வீடுகள் எரிக்கப்பட்டவர்களுக்காகவும் இரவின் முடிவில் பிரியமானவர்களை அபாண்டமாக இழந்தவர்களுக்காகவும் போராடியவர்.

அவர் தோற்கடிக்கப்பட்டார்.

என்னை வரவேற்ற அறை தடித்த புத்தகங்களும் மஞ்சளேறிய சட்ட ஆவணங்களுமாக நிறைந்து இருக்கிறது. நான் அவருக்கு எதிரே இருக்கையில் அமரும்பொழுதே சென் என்னிடம் எச்சரிக்கையாக, 'உங்களுக்கு நிகழ்வுகளோட துல்லியமான தேதிகள் தேவைன்னா ஏமாற்றம்தான் மிஞ்சும்.'

நான் மரிச்ஜாப்பி சம்பவத்தைக் காலவரிசைப்படி மட்டுமே அறிந்துகொள்ள எதிர்பார்க்கவில்லை என்று அவருக்கு உறுதியளிக்கிறேன். மாறாக, எப்படி, ஏன் அவர் தோல்வியளிக்கக்கூடிய ஒரு போராட்டத்தில் ஈடுபட்டார் என்று அறிய விரும்புகிறேன். ஓர் இளைஞன் தன் எதிர்கால வாழ்வின் விடியலில் இதுபோன்ற ஒரு வழக்கை ஏன் எடுத்துக்கொள்ள வேண்டும்? அதற்கான உந்துதல் என்ன?

'அது வேறொரு காலம். மக்களுக்கு சேவை செய்யறதுக்காக நாம சட்டம் படிச்சோம். கல்கத்தா உயர்நீதிமன்றத்துல வழக்கறிஞரா இருந்த நிஹரேந்து தத்தா மஜூம்தாரோட வழிகாட்டுதலில் நான் 1973இல் என்னோட சட்டப் பயிற்சியைத் தொடங்கினேன். 1978இல் ஏறக்குறைய எனக்கு முப்பது வயசானப்போ மரிச்ஜாப்பி பத்தி கேள்விப்பட்டேன். புனர்வாழ்வு கோரும் அகதிகளோட உரிமைகளுக்காகப் போராடும் அம்ரா பங்காலி (நாங்கள், வங்காளிகள்) என்ற சங்கம் சட்ட உதவிக்காக எங்களை அணுகியது. அவங்கதான் எங்களுக்கு மரிச்ஜாப்பியோட துயரக்கதைகள அறியப்படுத்தினாங்க.

‘அவங்களோட தாயகத்துலருந்து துரத்தப்பட்ட பின்னாடியும், திரும்பவும் ஒரு இடப்பெயர்வினால நியாயமேயில்லாம வீடில்லாம ஆன வங்காள அகதிகளுக்காக அவங்க போராடியதப் பாத்தப்போ என் சீனியரும் நானும் அம்ரா பங்காலிக்கு உதவுறது முக்கியம்னு நெனச்சோம்.’

சென் என்னிடம் கூறுவது, அம்ரா பங்காலி அரசுக்கு எதிராக நடந்த சட்டப் போராட்டத்தில் பெரிய பங்கு வகித்தது. அச்சங்கம் தனியொரு அமைப்பாக மேற்கு வங்க மாநில அரசுக்கு எதிரான மரிச்ஜாப்பி மக்களின் வழக்கில் இரண்டாவது மனுதாரரா இருந்தது. முதல் மனுதாரரா இருந்தவர் தீவைச் சேர்ந்த தேபப்ரதா பிஸ்வாஸ்.

‘இதப்பத்தி நீங்க கேள்விப்பட்டிருக்கனும். 1977 -ல இடதுசாரிகள் ஆட்சிக்கு வரதுக்கு முன்னயே ஜோதி பாசுவையும் சேத்து சில இடதுசாரி தலைவர்கள் தண்டகாரண்யா முகாம்கள்ல இருந்த அகதிகளுக்கு வங்காளத்துக்கு வர அழைப்பு கொடுத்தத பத்தி?’ என்று என்னிடம் கேட்கிறார்.

‘ஆமா, நான் பல பேர்கிட்டருந்து கேட்டிருக்கேன். இத ஆவணப்படுத்தியிருக்காங்களா?’

‘எழுதப்பட்ட ஆவணம் எதுவும் இல்லை. ஆனா ஒன்னுக்கும் மேற்பட்ட சந்தர்ப்பங்கள்ல முக்கிய இடதுசாரி தலைவர்கள் அவங்க ஆட்சிக்கு வந்தவுடனயே மேற்கு வங்கத்துல அகதிகளுக்கு மறுவாழ்வு கொடுக்கறதா உறுதியளிச்சது எனக்குத் தெரியும். அதுவும் மேடைப்பேச்சுகள்ல அவங்க அப்படி பலமுறை சொல்லியிருந்தாங்க. 1978க்கு முன்னாடி அஞ்சுலேருந்து ஆறு வருசங்கள் வரை அவங்க பெங்காலுக்கு வர அனுமதிக்கப்பட்டாங்க. இடது அரசாங்கமோ அதுக்கு முந்தைய அரசோ அகதி மக்கள் மரிச்ஜாப்பியில குடியேறுவத தடுக்கல.

‘1978க்கு முன்னாடி எனக்கு மரிச்ஜாப்பி பத்தி ஒன்னும் தெரியாது. தீவுல வசிச்சவங்களுக்கு எதிரா அரசு பொருளாதார முடக்கத்தத் தொடங்கினத அம்ரா பங்காலி உறுப்பினர்கள் எங்ககிட்ட சொன்னப்போ நாங்க கல்கத்தா உயர் நீதிமன்றத்துல மேல் முறையீடு செய்தோம். என்னைப் பொறுத்தவரைக்கும் வீடில்லாம இருந்தவங்களுக்கு இருப்பிடம்

கொடுக்கறதுக்கான போராட்டம் அது. இவங்க பங்களாதேஷ்ல இருந்து வந்திருக்காங்க, எந்த குத்தமும் செய்யல, அப்படீன்னா ஏன் அவங்கள கைது பண்ணனும்? இன்னொருத்தங்களோட வாழ்க்கையை சீர்குலைக்காம தங்களோட வாழ்வாதாரத்த சம்பாதிக்க முயற்சி செஞ்சவங்களுக்கு எதிரா ஏன் பொருளாதார தடை போடனும்?

'ஒரு சம்பவத்த நினைவுகூர விரும்பறேன். இது வழக்கோட எந்த வகையிலும் தொடர்புடையது இல்ல, ஆனா மரிச்ஜாப்பி என்ன ஏன் ரொம்பவும் ஆழமா பாதிச்சதுனு நீங்க புரிஞ்சுக்க இது உதவலாம். ஒருதடவ நீதிமன்றத்துக்குப் போற வழியில கொல்கத்தாவோட அகில இந்திய வானொலி கட்டடத்துக்குப் பக்கத்துல ஒருத்தரு தெருவுல படுத்திருந்ததப் பாத்தேன். நீதிமன்றத்துக்குள்ள நல்ல கூட்டம். நான் ஒரு வழக்குல கலந்துக்க வேண்டியிருந்தது, ஆனா அந்த மனிதனை என் மனதுலருந்து அகற்ற முடியல. நான் திரும்பிப் போயி, அவருக்கு உணவு கொடுத்து என் முகவரியையும் கொடுத்து, அந்த காலத்துல என் சக்திக்கு என்ன முடிஞ்சுதோ அதுப்படி கொஞ்சம் பணத்தையும் கொடுத்தேன்.'

நலிந்தவர்களுக்காகப் போராடுவது தன் குடும்பப் பாரம்பரியத்தில் இருக்கிறது என்று சென் என்னிடம் கூறுகிறார். அவரது தந்தைவழி தாத்தா பிரிட்டிஷ் அரசாண்ட காலத்தில் நிறைய புரட்சியாளர்களுக்கு உதவியிருக்கிறார்.

'என் தாகுர்தா (தந்தைவழி தாத்தா), ஒரு வழக்கறிஞர். சுதந்திரப் போராட்ட வீரர் தேஷ்பந்து சித்தரஞ்சன் தாஸின் முக்கிய அணியில இடம் வகிச்சாரு. இதோட மற்ற உறுப்பினர்கள், தேசப்பிரிய ஜதீந்திர மோகன் சென்குப்தா மற்றும் தேசப்பிரான் பிமல் சாஸ்மல் - வரலாற்றுப் புத்தகங்கள்ல இடம்பெற்றிருக்குற மிக முக்கிய மனிதர்கள்.

'சுதந்திரப் போராட்டத்தப்போ அவர் புரட்சியாளர்களுக்கு நிதி உதவியும் மற்ற உதவிகளும் செஞ்சார். தாஸ் சிறைக்கு அனுப்பப்பட்டப்போ, அவர் என் தாத்தா, அப்புறம் மற்றொரு கூட்டாளியைப் பத்தி இப்படி சொன்னார்: "என் வலது கையும் இடது கையும் இங்க இருக்கு. அவங்க என் வேலைகளத் தொடர்வாங்க." என் தாத்தா இறந்தப்போ எனக்கு நாலு,

அஞ்சு வயசுதான் இருந்திருக்கும். ஆனா அவரோட கதைங்க என்னோட இன்னும் இருக்கு. அந்தக் கதைங்கதான் என்ன வடிவமைக்குது.

'சிட்டகாங் ஆயுதக் களஞ்சிய திடீர் தாக்குதல்ல ஈடுபட்ட பிரபல புரட்சியாளர் அனந்த சிங் என் நினைவுல இன்னும் இருக்காரு. அவர் என்னோட தாத்தாகிட்ட நிதி உதவிக்காக வருவாரு. தாகுர்தா அவருக்கும் மத்தவங்களுக்கும் உதவினார். என் தாத்தாவோட மரணத்துக்கப்புறம் பாபா (என் தந்தை) அவர் பணியைத் தொடர்ந்தார்.

'ஒருதடவ சிங் புலம்பினது நினைவிருக்கு, "நாங்க தேசத்துக்காகப் போராடினோம், ஆனா இப்ப எங்களுக்கு ரெண்டு வேள உணவு கூட கிடைக்கறதில்ல." அவரும் எங்கள வந்து சந்திக்கறத நிறுத்திட்டாரு. அந்த நினைவுகள் மட்டும் தங்கிடுச்சு. அநியாயம் என் கண் முன்னாடி நடந்தப்போ எல்லாம் நான் அதை எதிர்த்துப் போராட முயற்சி செஞ்சேன்.'

மரிச்ஜாப்பி குறித்து அவர் என்ன நினைக்கிறார் என்று கேட்கிறேன்.

'இது அப்பட்டமான மனித உரிமை மீறல். ஒரு சட்ட வல்லுநராவும் ஒரு சாதாரண மனிதனாவும் அடிப்படையான சட்ட உரிமையையும் மனித மாண்பையும் வெளிப்படையா அரசாங்கம் எள்ளி நகையாடினதுதான் பாதிக்கப்பட்டவங்களுக்கு நீதி வழங்கப்படுவதைப் பாக்கணுங்கற என் உறுதியை வலுப்படுத்தியது.

'அரசாங்கத்தோட பொருளாதார முடக்கத்த எதிர்த்து நீதிமன்றம் தடை உத்தரவு பிறப்பிச்சிருந்தது. ஆனா, எங்க விண்ணப்பத்துக்கு சட்ட ரீதியா பதில் அளிக்கறதுக்கு பதிலா, சட்ட விதிப்படி வழக்க முதல்ல விசாரிக்கனும்னு கேக்காம அவங்க குண்டர்கள அனுப்பி தீவு முழுக்க எரிச்சாங்க. செய்திகள் வழியாவும், மரிச்ஜாப்பியில நடக்கறத எங்களுக்குத் தொடர்ந்து தகவல் கொடுத்துட்டு வந்த சிலர் மூலமாவும் இது எங்களுக்குத் தெரிய வந்தது. ஆரம்பத்துல இடதுசாரி அரசாங்கத்தோட பொருளாதார முடக்கத்துக்குப் பிறகு அத எதிர்த்துப் போராட சட்ட உதவி கேட்டு மரிச்ஜாப்பியில இருந்து சுமார் நாப்பது, ஐம்பது பேர் வருவாங்க. சில

நேரங்கள்ல பத்து பத்துபேர் கொண்ட குழுக்களாவோ இன்னும் சில நேரங்கள்ல அதுக்கும் அதிகமாவோ வந்திட்டிருந்தாங்க.

'நீங்க ஒன்ன நெனச்சுப் பாக்கனும். ஊடகங்கள் தகவல் பரப்பக்கூடிய சக்திவாய்ந்த தளமா இன்னிக்கு நீங்க பாக்கறா மாதிரி அன்னிக்கு இல்ல. அதுபோக இருந்த ரெண்டு மூனு செய்தி ஊடகங்களும் அரசாங்கத்தால ஒடுக்கப்பட்டுச்சு. இருந்தாலும், அனந்தபஜார் பத்ரிகா தீவு முழுக்க எரிக்கப்பட்டது பத்தி ஒன்னோ ரெண்டோ கட்டுரைகள வெளியிட்டது. உடனடியா, இந்த சம்பவத்த நீதிமன்றத்தோட கவனத்துக்குக் கொண்டு போயி நாங்க உயர் நீதிமன்றத்துல ஒரு விண்ணப்பம் தாக்கல் செய்தோம். இது மாதிரி ஒரு விஷயம் நடந்திருக்கும்னு நினைச்சுப் பாக்கக்கூட நம்பமுடியாம இருந்தது. அதுவும் நீதிமன்ற விசாரணை நிலுவையில இருந்த ஒரு வழக்குல.

'நீதிமன்றம் வலுவா ஒரு நிலைப்பாட்டை எடுத்தது. சம்பந்தப்பட்ட வழக்கறிஞர்கள், மனுதாரர்கள் அப்புறம் அரசு தரப்பு, ரெண்டு பக்கமும் சிறப்பு மேற்பார்வையாளர்கள நியமிச்சு தீவுக்குப் போயி நடந்ததப் பத்தி கேட்டு விசாரிச்சு அறிக்கைகள் சமர்ப்பிக்கனும்னு கேட்டுக்கிட்டாங்க. மேற்கு வங்கத்தோட அட்வகேட் ஜெனரல் சிநேஹாங்ஷு ஆசார்யா இந்த வழக்குல வாதாட அரசாங்க தரப்புல நியமிக்கப்பட்டாரு.

'தீவ எரிக்கிறதுக்கு பெங்கால் அரசாங்கம் பீகார் காவல்துறையோட உதவிய நாடியதாக சில பேர் கூறினாங்க. மனித உடல்கள் ஆத்துல வீசப்பட்டதையும், குடிசைகள் தரைமட்டமாக்கப்பட்டதையும்கூட கூறினாங்க.

'ஏற்கெனவே குறிப்பிட்டது மாதிரி இரு தரப்பிலும் சம்பந்தப்பட்ட சட்ட வல்லுநர்கள் மரிச்ஜாப்பிக்கு ஆய்வுக்குப் போயி தங்களோட அறிக்கையத் தாக்கல் செய்யனும்னு நீதிமன்றம் உத்தரவு போட்டிருந்தது. என்னோட சீனியர் தத் மஜூம்தாரும் நானும் மரிச்ஜாப்பி மக்களப் பிரதிநிதித்துவப்படுத்தி நீதிமன்றம் கேட்டபடி ஆய்வுக்குப் போனோம். ஆனா எங்களோட அரசு சார்பா வக்கீல்கள் யாரும் வரல. அவங்க ஏன் வரலைங்கற காரணம் வெளிப்படையானது. முதல் காரணம் பயம்; பக்கத்துல இருந்த குமீர்மரி தீவுக்கோ

நிலப்பகுதிக்கோ உயிர்ப்பிழைச்சு தப்பிச்சுப் போனவங்க தங்கள தாக்கிடுவாங்களோனு அவங்க பயந்தாங்க.

'நாங்க குமீர்மரியில இருந்தப்போ ஒரு உள்ளூர் பஞ்சாயத்து அலுவலகத்துல தங்கினோம். மறுநாள் காலைல படகுல மரிச்ஜாப்பிக்குப் போனோம். இந்த வழக்கோட முதல் மனுதாரர் தேபப்ரதா பிஸ்வாஸ் தலைமைப் பொறுப்பு எடுத்துக்கிட்டாரு. படகோட்டியைத் தவிர அந்த குறுகிய படகுகள்ல இரண்டு பேர் மட்டும்தான் உக்கார முடியும்.

'அந்த படகு சவாரி எனக்கு இன்னும் நினைவிருக்கு. காத்துல நிலவிய அமைதி, சபிக்கப்பட்ட அந்தத் தீவ அடைஞ்சதும் நடந்த கொடூரங்கள நாங்க பாக்க வேண்டியிருந்தத நினைச்சு பயம், பரந்து விரிஞ்சு இருந்த ராய்மங்கல், மாட்லா ஆறுகள், கடலுக்குப் பக்கத்துல இருந்ததால காத்துல கலந்திருந்த உப்பு வாடை எல்லாம் எனக்கு நினைவிருக்கு.

'நாங்கள் மரிச்ஜாப்பி கரையைத் தொட்டப்போ, திடீர்னு சிலர் சீருடையில எங்கிருந்தோ வந்தாங்க. ஒருவேள அவங்க துறைமுகக் கமிஷனச் சேர்ந்தவங்களா இருந்திருக்கலாம். சரியா சொல்லமுடியல. அவங்களோட யூனிஃபார்மும் அவங்க எந்தத் துறையச் சேர்ந்தவங்கனு சரியா வெளிப்படுத்தல. ரெண்டு மூத்த அதிகாரிகள் அப்புறம் அவங்களோட உதவியாளர்கள் எங்க கிட்ட அந்த இடத்துல எந்த ஆய்வையும் அனுமதிக்க முடியாதுனு சொன்னாங்க. அவங்க யார்னு நாங்க அவங்ககிட்டயே கேட்டோம். அவங்கள்ல ஒருத்தர் ஆக்ரோஷமா போட்டோ எடுக்கவோ தீவ ஆய்வு செய்யவோ யாரையும் அனுமதிக்கக்கூடாதுனு அரசாங்கம் அறிவுறுத்தியிருப்பதா சொன்னார். எங்ககூட எந்த ஊடகவியலாளர்களும் இல்ல. மரிச்ஜாப்பியைச் சேர்ந்த அஞ்சாறு பேர்களும் சமூக சேவகர் சுப்ரதா சாட்டர்ஜியும்தான் இருந்தாங்க. வழக்குல அவர் நேரடியா ஈடுபடலன்னாலும் அங்கிருந்த அகதிகள நல்லா தெரிஞ்சு வெச்சிருந்தார்.

'எங்ககிட்ட கேமரா இல்ல. என்னோட அறிக்கைய தாக்கல் செய்ய வேண்டி நான் குறிப்பு எடுத்துக்கிட்டிருந்தேன். இந்த வாக்குவாதத்தப்போ தொலைதூரத்துல இன்னொரு வாகனத்தப் பாத்தோம். இவங்க எங்கள பின்தொடர்ந்து

வந்திருக்காங்கனு உறுதியா தெரிஞ்சது. அதுவும் நிச்சயமா அரசாங்கத்தோட அறிவுறுத்தலின் பேர்லதான் தொடர்ந்து வந்திருக்கனும். அவங்கள்ல ஒரு அதிகாரி கடுங்கோபத்தோட அங்கருந்து வெளியேறனும்னு எங்களைப் பாத்துக் கத்த ஆரம்பிச்சாரு.

'எங்ககிட்ட நீதிமன்ற உத்தரவு இருந்தது. அவர் யார்னு அவர்கிட்ட பதிலுக்குக் கேட்டோம். வந்த வேலைய முடிக்காம நாங்க திரும்பிப் போகமாட்டோம்னும் விரும்பினா அவர் எங்கள கைது செய்யலாம்னும் சொன்னோம். நீதிமன்ற உத்தரவ மீறும்படி அவர் எங்கள வற்புறுத்தறாருன்னும் நீதிமன்ற அவமதிப்பு விண்ணப்பத்தை தாக்கல் செய்வோம், அப்படி செஞ்சா அதனால அவர் வேலையே கூட போகலாம்னும் அவர்கிட்ட சொன்னோம்.'

'அரசாங்கத்தோட உத்தரவ நிறைவேத்தறதா ஒரு அதிகாரி உங்ககிட்ட சொல்றாரு. அந்த அரசாங்கம் தங்களோட ஆணைய எதிர்க்கறவங்கள என்னவெல்லம் செய்யக்கூடியதுனு தெரிஞ்சும் ஒரு நிமிஷம் கூட நீங்க பயப்படலையா?' என்று சென்னிடம் கேட்கிறேன்.

'இல்ல, எதிர்ப்ப சந்திச்ச பிறகுதான் எப்படியாவது அவங்களுக்கு நீதி கிடைக்கனும்ங்கற உறுதி இரட்டிப்பாச்சு. நீதிமன்ற அவமதிப்பு வழக்கு போடுவோம்னு அவரை மிரட்டினதுக்கப்புறம் அவருக்கு லேசா பயம் வரத் தொடங்கிச்சு. தீவுல என்ன நடந்ததுனு பார்த்த பிறகாவது அவருக்கு வெக்கம் இருக்கா, கொஞ்சமாவது எதையாவது உணர்ந்தாரானு கேட்டோம். நாங்க எங்கள சுத்திப் பார்வைய திருப்பிப் பார்த்த இடத்துலெல்லாம் எரிஞ்ச குடிசைங்க மட்டும்தான் இருந்துச்சு. சதை எரிஞ்சுப்போன நாத்தம் காத்துல மிதந்தது.

'அந்த அதிகாரி எங்ககிட்ட, "அரசுதான் இங்கு வந்து கவனிக்கறதுக்கு எங்களுக்கு உத்தரவிட்டிருக்கு. நாங்க இப்படி இங்க வந்து உங்ககிட்ட இந்த இடத்த விட்டு வெளியே போங்கனு கேட்டுக்கிட்டோம்னு தயவுசெஞ்சு எங்களுக்கு எழுத்துப்பூர்வமா கொடுங்க,"னு கேட்டார். என் சீனியர் ஒரு குறிப்பேட்டுல சில வரிகள எழுதச் சொன்னார். நான் அவர் கூறின மாதிரி அந்த அதிகாரி வந்து எங்க வருகைக்கு

ஆட்சேபனை தெரிவிச்சு தன்னோட கடமைய செஞ்சாருன்னு எழுதினேன். நீதிமன்றத்துல தாக்கல் செய்யப்பட்ட என்னோட அறிக்கையிலும் இதைக் குறிப்பிட்டிருக்கேன்.'

முப்பது வயது இளம் வழக்கறிஞராக, ஒரு காலத்தில் செழித்தோங்கிய சமூகமாக இருந்த இடம் இன்று பேய்த் தீவாக ஆகிவிட்டிருந்ததை முதலில் பார்த்தபோது சென் எவ்வாறு உணர்ந்தார்?

'முதல்ல நான் நம்பல,' என்று பதிலளிக்கிறார். 'இது மாதிரிகூட ஒன்னு எப்படி நடக்க முடியும்? இது ஒரு மக்கள் அரசாங்கம், ஒரு கம்யூனிஸ்ட் அரசாங்கம்னு சொல்லிக்கிட்டு ஆயிரக்கணக்கான மக்கள ரொம்ப எளிதா அழிச்சிடுச்சா? அவங்க கொஞ்சம்கூட எது மேலையும் மதிப்பில்லாம, நீதிக்கு எதிரா மட்டும் இல்ல மனிதகுல மாண்புக்கு எதிராவும் நடந்துகிட்டாங்க.

'மே 1979 -இல நடந்த இந்த மனிதாபிமானம் இல்லாத படுகொலைக்கப்புறம் மரிச்ஜாப்பி பிரச்சனை தொடர்பா எங்கள பாக்க வந்த நாற்பது ஐம்பது பேரும் காணாம போயிட்டாங்க. சிலர் தங்கள் அப்பாவ, சிலர் கணவர அல்லது மனைவிய, சிலர் குழந்தைகள அல்லது உடன்பிறப்புகள பறிகொடுத்திருந்தாங்க. அவங்க எங்க இருக்காங்க, தீயில கருகி இறந்தாங்களா, இல்ல அவங்க உடல்கள ஆத்துல வீசிட்டாங்களானு யாருக்கும் தெரியாது. அப்பப்ப தேபப்ரதா வந்திட்டிருந்தாரு. ஆனா அதுவும் இறுதியில நின்னுடுச்சு.

'நாங்க மரிச்ஜாப்பியில அந்த நாளை கழிச்சோம். உடைந்த பாத்திரங்கள், எரிந்த புத்தகங்கள், நாசமாக்கப்பட்ட தட்டுமுட்டுப் பொருட்கள் எல்லாம் சிதறிக்கிடந்துச்சு. பள்ளிக்கூடத்தக்கூட தகர்த்துப் போட்டிருந்தாங்க. மருத்துவமனை தீயில கருகி கருமையா மாறியிருந்துச்சு. மனிதாபிமானத்துக்கு தன் கையை பறிகொடுத்த ஒரு பெண்ணோட கையில அலங்காரமா இருந்திருக்க வேண்டிய உடஞ்ச சங்கா வளையல் (திருமணமான பெங்காலி பெண்கள் அணியும் வெள்ளை சங்கு வளையல்) துண்டுகள நான் சேகரிச்சது நினைவுல இருக்கு.

'இது எல்லாத்தையும் நான் அம்ரா பங்காலிகிட்ட ஆதாரமா கொடுத்திருந்தேன். அது எதையும் என்னால திரும்ப வாங்க

முடியவேயில்ல. அந்த அமைப்பும் இன்னிக்கு இல்லை. தீவ எரிக்கிறதுக்கு முன்னாடி தப்பி ஓடிய மரிச்ஜாப்பியைச் சேர்ந்த சிலர்கூட குமீர்மரியில இருந்தப்போ நான் பேசினத இங்க குறிப்பிடனும். அந்த பயங்கரமான ராத்திரில அந்த மக்களோட வீடு, மக்கள், அவங்க கட்டி வளர்த்த எல்லாத்தையும் ஒரு பெரிய நெருப்பு பந்தம் முழுங்கறத தூரத்திலருந்து தங்களோட கண்ணால பாத்தத அவங்க என்கிட்ட சொன்னாங்க. வானம் மொத்தமும் ரத்த சிவப்பா மாறினதா சொன்னாங்க.

'நான் அவங்க சொன்னது எல்லாத்தையும் டேப் ரெக்கார்டர்ல பதிவு செஞ்சிருந்தேன். அதையும் அம்ரா பங்காலிக்குக் கொடுத்தேன். ஆனா தீவிலருந்து சேகரிக்கப்பட்ட அறிக்கைகள் மாதிரியே இந்த டேப் ரெக்கார்டரையும் என்னால திரும்ப வாங்க முடியல. நான் கேட்டுக்கிட்டே தான் இருந்தேன், ஆனா அவங்க ஏதாவது ஒரு சாக்கு சொல்லி கொடுக்காம தட்டி கழிச்சாங்க.'

'அகதிகளுக்காகப் போராடுவதா உறுதியெடுத்துக்கிட்ட ஒரு அமைப்பு அதுக்கான சான்றுகள பாதுகாக்கறதுல இத்தன மெத்தனமா இருக்குறது விசித்திரமா இல்ல?' என்று நான் கேட்கிறேன்.

சென் முகம் சுளிக்கிறார். 'ஒரு அமைப்பா அது எந்த முறையான கட்டமைப்போடையும் இருந்ததில்ல.

'இந்த வழக்க தொடர யாரும் இல்லாததால அது அப்படியே நின்னுபோச்சு. நீதிமன்றத்தோட இறுதி உத்தரவு எங்களுக்கு ரொம்பப் பெரிய அதிர்ச்சிய கொடுத்தது. ஆரம்பத்துல நாப்பது ஐம்பது அகதிகளோட சேந்து அவங்களுக்கு நியாயம் கிடைக்க முயற்சி செஞ்சோம். அப்புறம் அதுல அஞ்சு பத்து பேர் தொடர்ந்து நீதி கிடைக்குங்கற நம்பிக்கையில எங்ககிட்ட வந்துட்டிருந்தாங்க. ஆனா வழக்கு தள்ளுபடி ஆகிடுச்சு.

'நீதிபதி பி.சி. பசாக், மரிச்ஜாப்பி பாதுகாக்கப்பட்ட வனப்பகுதி, அதனால அங்க அகதிகளுக்குக் குடியேற உரிமை இல்லனு சொல்லி வழக்கை தள்ளுபடி செஞ்சுட்டாரு. அரசு கொடுத்த வாய்மொழி அறிக்கையின் அடிப்படையில வழக்கு தள்ளுபடி செய்யப்பட்டது. பின்னாடிதான் எங்களுக்கு அது பாதுகாக்கப்பட்ட வனப்பகுதியே இல்லனு தெரிஞ்சது.

'ஆனா நீதிபதி பசாக் உத்தரவில் இப்படி ஒரு வரியை எழுதினார், "அரசாங்கம் இந்த மக்களை இரக்கத்துடன் கையாள வேண்டும் என்று எதிர்பார்க்கப்படுகிறது". இதனால எந்த பிரயோஜனமோ தாக்கமோ ஏற்படல. எந்த உண்மையையும் சரிபாக்காம வழக்கையே தள்ளுபடி செஞ்சதுக்கப்புறம் என்ன இருக்கு?

'இந்த உத்தரவுக்கப்புறம் நாங்க ரொம்ப நொந்துபோயிட்டோம். நான் ரொம்ப மனவுளைச்சலுக்கு ஆளானேன். ஆனா நாங்க மேற்கொண்டு வழக்க கொண்டு போக முடியாததுக்குக் காரணம் நாங்க யாருக்காக போராடினோமோ அந்த மக்களே அங்க இல்ல. பெரும்பாலானவங்க காணாம போயிட்டாங்க. பலர் இறந்துட்டதா நம்பப்பட்டது, உயிரோட இருந்தவங்களோ தங்களோட உறவுகளையும் உடைமைகளையும் இழந்து மேற்கொண்டு சண்டபோட தெம்பில்லாம ஆகிட்டாங்க. இன்னும் பலபேரு தண்டகாரண்யா முகாம்களுக்கே வலுக்கட்டாயமா திருப்பி அனுப்பப்பட்டாங்க.'

படுகொலை நடந்து கிட்டத்தட்ட நாற்பது வருடங்கள் ஆகிவிட்டன. மரிச்ஜாப்பி அவரை இன்னும் மனதளவில் தொந்தரவு செய்கிறதா?

'மரிச்ஜாப்பிய பத்தி எப்ப யார்கிட்ட பேசினாலும் எனக்கு வார்த்தைகள் வராது. என் அரசாங்கமே என் மக்களைக் கொன்றது. ஆனா சட்டப்படி என்னால எதுவும் செய்ய முடியல. இப்பல்லாம் அது என்ன தொந்தரவு செய்யறதில்ல. வழக்குல தோல்வியடைஞ்சதுல என் மனசு மரத்துப் போச்சு.'

இடது முன்னணி அரசாங்கம் மரிச்ஜாப்பியில் ஏன் அவ்வாறு செய்தது?

'அகதிகளை தண்டகாரண்யத்துக்கு திருப்பி அனுப்ப அரசாங்கம் திடீர்னு ஆர்வம் காட்டியது இன்னும் மர்மமாதான் இருக்கு. ஜோதி பாசு ஒரு சர்வாதிகாரி மாதிரி நடந்துக்கிட்டாரு. அவருடைய கட்டளைகளை அகதிகள் மீறினாங்கங்கறத அவரால ஜீரணிக்க முடியல. அது அவரோட ஈகோவ காயப்படுத்திச்சு. வேற ஒன்னும் இல்ல.'

நேர்காணல் ஏறக்குறைய முடிந்துவிட்டது ஆயினும் என்னால் இக்கடைசிக் கேள்வியை சென்னிடம் கேட்காமல் இருக்க

முடியவில்லை. 'கடந்த காலங்கள்ல சிங்கூரில், அப்புறம் நந்திகிராமில் மேற்கு வங்கம் வன்முறையை பார்த்துச்சு. இந்த வன்முறை காரணமாக இடதுசாரி ஆட்சி முடிவுக்கு வந்தது. மரிச்ஜாப்பியில செஞ்சத ஜோதி பாசு அரசாங்கம் இந்தப் புதிய நூற்றாண்டுல செய்திருக்க முடியும்னு நினைக்கிறீங்களா?'

'இல்ல, வாய்ப்பில்ல. ஊடகங்கள் இப்போ சக்திவாய்ந்தவையா இருக்கு. முக்கியமா மக்கள்கிட்ட வலிமை கூடியிருக்கு. சாதாரண மக்கள் இதெல்லாம் இனி பொறுத்துக்க மாட்டாங்க.

'பிரச்சினை வெளிச்சத்துக்கு வந்தப்போகூட பொதுமக்கள் கிட்டருந்து ஆதரவு எதிர்பார்த்த அளவு கிடைக்கலனு ஒத்துக்கதான் வேணும். சிலர் அகதிகளுக்காக போராடினாங்க. ஆனா அவங்க எண்ணிக்கைல ரொம்ப குறைவு. எங்க எல்லாருக்குமே தோல்விதான். சட்ட அமைப்பு மட்டும் இல்ல, அன்னைக்கு இருபது, முப்பது வயதுகள்ல இருந்த ஒரு தலைமுறையோட தோல்வி இது. எங்ககிட்ட கூட்டு மனசாட்சி இருக்கல. நாங்க எல்லாரும் சேர்ந்து மரிச்ஜாப்பிய அழிச்சோம்.'

– ஜனவரி 2018, பாம் அவென்யூ, கொல்கத்தா

6
மனா கோல்தர்

கோடை வந்துவிட்டது. கிராமத்துக் குழந்தைகள் ஆழமற்ற குளங்களில் சோம்பலாகத் திரியும் எருமைகளுடன் நீந்திக் கொண்டிருக்கிறார்கள். வாத்துகள் அவர்களுக்கு வழிவிட்டு விலகி நீந்துகின்றன. ஒரு சிறிய இனிப்புக் கடைக்கு வெளியே கரகர ஒலிபெருக்கியிலிருந்து கோவிந்தா பாடல் ஒலி கடந்தகாலம் குறித்து நினைவுகளில் பளிச்சிடுகிறது. குறுகிய பாதைகளில் அங்கும் இங்கும் கட்டுக்கடங்காமல் திரியும் மாடுகள் கார்களை மேற்கொண்டு போக முடியாமல் நிறுத்துகின்றன. எங்கள் கார் கமல்காச்சி தபால் நிலையத்தைக் கடந்து பதேர் சேஷுக்கு செல்லும் வழியில் நகரம் புறநகரத்திற்கு வழி விடுகிறது. கமல்காச்சி கொல்கத்தாவின் தெற்கு முனையிலிருந்து கூப்பிடும் தூரத்தில் உள்ளது. 28 பிப்ரவரி 2018, ஞாயிற்றுக்கிழமையான அன்று போக்குவரத்து அத்தனை இல்லாத நாளில் பதேர் சேஷ் இரண்டு மணிநேர பயணம்தான்.

நான் சந்திக்க வந்திருக்கும் நபர் நான் சிறுவனாக இருந்தபோது கடைசியாக பார்த்த ஒருவர். அவர் தொலைதூர உறவினராக எங்கள் வீட்டிற்கு வந்தார். ஆனால் அவர் எங்களுடைய உறவுக்காரர் இல்லை என்று என் தந்தையிடமிருந்து பின்னாட்களில் தெரிந்துகொண்டேன். அவள் தந்தை ரங்கலால் கோல்தர், தண்டகாரண்யத்திலிருந்து மரிச்ஜாப்பிக்கு இடம்பெயர்வதை மேற்பார்வையிட்ட உத்பஸ்து உன்னாயன்ஷில் சமிதியின் (அகதிகள் நலக் குழு) தலைவராக இருந்ததால் அவர் போலீசில் இருந்து தலைமறைவாக இருந்தார். அவர் மரிச்ஜாப்பியில் ஒரு புது நகரம் உருவானதை மேற்பார்வையிட்டார். பின்னர் மீண்டும் தீவில் தங்கள் இருப்பிடத்தைக் காப்பாற்றிக்கொள்ள போலீசாருடன் சண்டையிட்டார்.

அகதிகளின் நலவாழ்வுக்காக என் தந்தை அனுதாபம் கொண்டிருந்ததாலும், காடுகளை வெட்டி அங்கே ஒரு கிராமத்தை எழுப்பி பொருளாதாரத்தில் வளர்ந்துகொண்டிருந்ததைப் பார்க்க அடிக்கடி தீவுக்குச் சென்றதாலும், அதற்காக நன்கொடையாக பணத்தைக் கொடுத்ததாலும், கோல்தர் நம்பிக்கையுடன் சில மாதங்களுக்கு அவர் மகளை எங்கள் குடும்பத்துடன் தங்க வைத்தார். அகதிகள் மரிச்ஜாப்பியில் இருந்து வெளியேற்றப்பட்ட பிறகு ஒரு நிரந்தர இருப்பிடத்திற்காக அவரே அலைந்துகொண்டிருந்த நேரத்தில அவரால் அவரது மகளை தன்னுடன் வைத்திருக்க முடியவில்லை.

நான் சந்திக்கும் மனா என் நினைவில் இருந்தவர் இல்லை. காலம் அவரது தோற்றத்திடம் கனிவாக இல்லை, ஆனால் நான் யார் என்று சொல்லப்பட்டதும் மனாவின் முகம் பிரகாசிக்கிறது. அவருடைய கதைகளுக்காக நான் திரும்பி வந்திருக்கிறேன் என்று அவரிடம் சொல்கிறேன்.

'நீங்க என்கிட்ட சொன்ன அந்தக் கதைகள் எல்லாத்தையும் திரும்பவும் சொல்லுங்க.'

'முதல்ல டீ.' இல்லையென்றால் விட மாட்டார்.

எங்களுடன் தங்கியிருந்த எட்டு மாதங்களுக்குப் பிறகு மனாவின் தந்தை அவரை மீண்டும் அழைத்துச் சென்றாலும் மனா என் மனதைவிட்டு இன்னும் அகலவில்லை. அவர் என்னிடம் மரிச்ஜாப்பியைக் கொண்டு வந்தார், என்னால் இதுவரை அந்த பிம்பங்களை என் நினைவிலிருந்து அகற்ற முடியவில்லை. வெறும் சேறு மண்டியிருந்த ஒரு தீவை வாழ்விடமாக மாற்றுவதற்கான போராட்டக் கதைகள், அதைத் தொடர்ந்து வந்த காவல்துறைத் தாக்குதல்கள், தீ வைத்தது, பாலியல் வன்கொடுமைகள், கொடூரக் கொலைகள் எல்லாமும் என் குழந்தை மனதில் ஆழமான தாக்கத்தை ஏற்படுத்தியிருந்தன; இவையே பின்னாளில் நான் மரிச்ஜாப்பியைக் குறித்து ஆராய மேலும் அறிந்துகொள்ள கட்டாயப்படுத்தியது. அதிகாரம் கொண்டவர்கள் மறைக்க விரும்பும் கதைகளைச் சொல்லவே நான் பத்திரிகைத் துறையைத் தேர்ந்தெடுத்தேன், அதற்கு மரிச்ஜாப்பி காரணமாக இருந்தது. அதிகாரத்தை விமர்சிப்பதே ஒரு பத்திரிகையாளரின் இயல்பாக இருக்க வேண்டும் என்று

ஆரம்ப காலத்தில் முடிவு செய்ததற்கு மரிச்ஜாப்பியே காரணம். மனாவும் அவருடைய கதைகளும் இல்லாதிருந்திருந்தால் என் வாழ்க்கை எப்படி இருந்திருக்கும் என்று யாருக்குத் தெரியும்.

பதேர் சேஷில் உள்ள இந்த சிறிய குடிசையில் எனக்கும் என்னுடன் வந்திருந்த என் தந்தைக்கும் ஆவி பறக்கும் சாயாவுடன் எண்ணெய் கூடிய ஆம்லெட்டுகள் பரிமாறப்படுகின்றன. மனா எங்கள் வீட்டை விட்டுச் சென்ற பிறகு இந்த இடைப்பட்ட ஆண்டுகளில் என் தந்தை அடிக்கடி அவர்களைச் சந்தித்தது, அவர் குடும்பத்துடன் தொடர்பில் இருந்தார்.

நான் குடிசையைச் சுற்றிப் பார்க்க மிகச் சாதாரணத்திற்கும் குறைவாக வாழ்ந்த ஒரு வாழ்வை என்னால் காண முடிகிறது. மனாவின் வீடு ஒரு பக்கத்தில் மண் சுவராலும் மற்ற மூன்று பக்கங்கள் தகரத்தாலும் ஆனது. தலைக்கு மேல் வெப்பத்தைத் தணிக்காத விர்ரென்று சுழலும் மின் விசிறி. நாங்கள் ஒரு பெரிய கட்டிலில் அமர, மனா தனக்காக ஒரு மோடாவை (பிரம்பு ஸ்டூல்) எடுத்துக்கொள்கிறார். அலங்கார மேஜை ஒரு பக்கம் இருக்க, அதன்மீது பிளாஸ்டிக்கால் ஆன இளஞ்சிவப்பு சட்டகம்கொண்ட ஒரு சிறிய கண்ணாடி கார்னஜியின் மொழிபெயர்ப்புக் கட்டுரைகள்கொண்ட புத்தகத்தின் துணையுடன் நிற்கவைக்கப்பட்டிருக்கிறது. அதற்கு அருகில் ஒரு தாங்கியில் சட்டமிடப்பட்ட லக்ஷ்மியின் ஓவியப்படம் பூஜைக்காக வைக்கப்பட்டிருக்கிறது.

நான் அவரது சிறிய அறையை நோட்டமிடுவதை மனா பார்க்கிறார். அவர் என் கைகளைப் பிடித்தபடி, 'நான் நல்லாதான் இருக்கேன், பாபு,' என்று புன்னகையுடன் என்னை சமாதானப்படுத்த முயற்சிக்கிறார்.

மனா சென்ற பிறகு என் குடும்பம் அவர்களுக்கு நிதி உதவி செய்ய விரும்பியதையும், ஆனால் ஒவ்வொரு முறையும் அவருடைய தந்தையும் பின்னர் அவரும் மரிச்ஜாப்பிக்குப் பிறகு நாங்கள் அவர்களுக்கு செய்த உதவியே போதும் என்று கூறி எந்த பண உதவியையும் பெற மறுத்ததையும் என் தந்தை என்னிடம் கூறியிருந்தது எனக்கு நினைவிருக்கிறது.

நான் கண்ணீரை மறைக்கப் போராடுகிறேன். சொல்வதற்கு வார்த்தைகளைத் தேடுகிறேன். அறையில் நிரம்பியிருக்கும் தர்மசங்கடத்தைப் போக்க அவர் தன் கதையைக் கூறத் தொடங்குகிறார்.

'எனக்கு ஏன் மனா-னு பெயர் வெச்சாங்கனு நான் சொன்னது நினைவிருக்கா? இப்ப சத்தீஸ்கர்ல இருக்குற ராய்பூரில் உள்ள மனா முகாமோட பெயரதான் எங்கப்பா எனக்கு வெச்சாரு. நான் 1965இல் பொறந்து பன்னெண்டு வருஷம் அங்க வாழ்ந்தேன். மனா முகாமுல கிழக்கு பாகிஸ்தானில இருந்து இந்தியாவுக்கு வந்த ஆயிரக்கணக்கான அகதிகள் இருந்தாங்க. சில சமயம் அந்த இடத்த நெனச்சு எனக்கு ஏக்கமா இருக்கும், பாபு. இப்ப அங்க எப்படி இருக்கோ!'

நான் ஒரு மாதத்திற்கு முன்பு அங்கு சென்றிருந்ததாக மனாவிடம் சொல்கிறேன். அவர் கண்கள் ஒளிர்கின்றன. 'என்ன போல அகதிங்க இன்னும் அங்க இருக்காங்களா, பாபு?' நான் ஆம் என்கிறேன். ராய்பூர் விமான நிலையத்திற்கு எதிரில் உள்ள ஒரு முகாம் இன்னும் 'மனா கேம்ப்' என்று அழைக்கப்படுகிறது. எனது சக ஊழியர் கல்யாண் தாஸின் வீட்டில் ஒரு நாள் தங்கியிருந்தேன். அவருடைய பெற்றோர் அகதிகளாக அங்கு வந்தவர்கள். இன்று அங்கு முன்னாள் அகதிகள் கட்டடக் குடியிருப்பில் வாழ்கிறார்கள். அங்கே விஐபி சுரக்ஷா வாஹினியின் அலுவலகமும் குடியிருப்புகளும் இருக்கின்றன.

வங்காளதேசத்தின் ஃபரித்பூர் மாவட்டத்தில் 1970 கலவரத்தின் போது இந்தியாவுக்குத் தப்பி வந்து 'மனா முகாமு'க்குள் அடைக்கப்பட்ட ஓய்வு பெற்ற பள்ளி ஆசிரியர் என்.சி. மலிக் அவர்களை சந்தித்ததைப் பற்றி மனாவிடம் சொல்கிறேன். அவர் மற்ற அகதித் தலைவர்கள் ராய்ஹரன் பாருய் மற்றும் சதீஷ் மண்டலுடன் சேர்ந்து மனாவின் தந்தையையும் நினைவு கூர்ந்தார். மனா கேம்பில் ஒரு வாளி தண்ணீருக்காக ஒரு இரவு முழுவதும் வரிசையில் நிற்க நேர்ந்த, கொட்டகையில் அடைப்பட்ட பன்றிகளைப் போல வாழ்ந்த அந்த கடினமான நாட்களை நினைவு கூர்ந்தார்.

கல்யாணின் அப்பா காலாசந்த் பற்றி நான் மனாவிடம் சொல்கிறேன். அவர் முகாம்களில் அடிப்படை தேவைகளுக்காக ஒவ்வொரு குழுவும் அடித்துக்கொண்டதால் ஏற்பட்ட கலவரங்களை நினைவில் வைத்திருந்தார்.

'இது நடந்து ரொம்ப காலம் ஆச்சு. ஆனா எனக்கு அந்த வாழ்க்க இன்னும் நினைவிருக்கு, பாபு. விதவை தாய்மார்களும் அவங்க குழந்தைகளும் ஆண் கவனத்திலருந்து தப்பிக்க தடுப்பு இருந்த தனியான இடத்துல இருந்தாங்க. குழந்தைங்க வளர்ந்ததும் மல்கன்கிரி, கோராபுட் (இரண்டும் ஒடிசாவில் இருக்கும் இடங்கள்) மாதிரியான இடங்கள்ல அவங்களுக்கு நிரந்தர குடியிருப்புகள வழங்கினாங்க. ஆனா அங்க நிலம் வளமா இல்ல. கிழக்கு பாகிஸ்தானிலருந்து அகதிகளாக வந்த எங்களுக்கு விவசாயம்தான் பிரதானமா இருந்தது. என்ன சாகுபடி செய்ய முடிஞ்சதோ அதெல்லாம் பெரும்பாலும் ஆதிவாசிங்கதான் செஞ்சாங்க. சில்லற வேலைகள தவிர எங்களுக்கு அங்க வேறு எதுவும் கிடைக்கல.

'அரசாங்கம் எங்களுக்காக ரேஷன் பொருட்கள் கொடுத்துச்சு. ஆனா அவங்க கொடுத்த அளவு சின்ன குடும்பங்களுக்குதான் பத்தும். குடும்பத்துல நிறைய பேர் இருந்தா பத்தாது. அந்த நாட்கள்ல எங்க நிறைய பேருக்கு பெரிய குடும்பங்கதான் இருந்துச்சு. இருக்குறத வெச்சு வயித்துக்குப் பத்தாமதான் வாழ வேண்டியிருந்துச்சு.

சிறுவயதில், 'ஓப்பர் பங்க்ளா'வின் மழை, பசுமையான கீரைகள், தாய் மொழியில் பேசுவதன் மகிழ்ச்சி. மத்திய இந்தியாவின்

கரடுமுரடான ஹிந்தியைக் கற்றுக்கொள்ளத் தேவைப்படாதது, புத்தம் புதிய மீன்களைப் பிடித்து அப்படியே சூடான அரிசிச்சோறுடன் அள்ளித் திண்பது குறித்தெல்லாம் அகதிகள் பேசுவதை மனா கேட்பார். அவரது தந்தை, சதீஷ் மண்டல் மற்றும் ராய்ஹரன் பாருய், உத்பஸ்து உன்னாயன்ஷில் சமிதியின் முக்கிய மூன்று தலைவர்கள், மக்கள் முகாம் வாழ்க்கையில் மகிழ்ச்சியற்று இருந்ததால் சில ஆண்டுகளுக்குப் பிறகு ஓர் இயக்கத்தை முன்னெடுக்க முடிவு செய்தனர். வங்காள மக்கள் தங்களுக்கு உதவுவார்கள் என்று அவர்கள் நினைத்தார்கள்.

'என் அப்பா ரங்கலால், சதீஷ் மண்டல், ரைஹரன் பாருய் இன்னும் சில பேர் முகாம்கள்ல தரமில்லாத அரிசி வழங்கினதால அதுக்கு எதிரா பதினெட்டு நாள் உண்ணாவிரதம் இருந்தாங்க. எங்களுக்கு தரமான அரிசி அளவு இன்னும் அதிகமாக்கி வழங்கனும்னு அவங்க கோரிக்க வெச்சாங்க.'

முகாமில் ஜோதி பாசுவை அவர் பார்த்திருக்கிறாரா, உண்மையில் அவர் அகதிகளை வங்காளத்திற்கு அழைத்துச் செல்வதாக உறுதியளித்தாரா என்று நான் மனாவிடம் கேட்கிறேன்.

மேற்கு வங்க சட்டசபையில் எதிர்க்கட்சித் தலைவராக மனா கேம்பிற்கு வருகை தந்திருந்த ஜோதி பாசு அவர்களிடம் சொன்னதை மனா நினைவு கூர்கிறார். 'இது எழுபதுகள் மத்தியில நடந்தது. மேற்கு வங்கத்துல இடதுசாரிகள் ஆட்சிக்கு வரதுக்கு கொஞ்ச காலம் முன்பு. "நீங்கள் வங்காள மக்கள். எனவே வங்கத்தில் நாங்கள் உங்களுக்கு வீடுகளைத் தருகிறோம்."'

ராம் சாட்டர்ஜி (இடது முன்னணியின் ஒரு பகுதியாக இருந்த மற்றொரு கட்சியான மார்க்சிஸ்ட் ஃபார்வர்ட் பிளாக்கைச் சேர்ந்தவர்), பின்னர் சிவில் பாதுகாப்பு அமைச்சராக இருந்தவர், அவரும் முகாமிற்குச் சென்று அகதிகளிடம் வங்கம் அவர்களை வரவேற்கக் காத்திருக்கிறது என்று கூறினார்.

'ராம் சாட்டர்ஜி என் அப்பாவோட நண்பர்தான்; பாபா கல்கத்தாவுக்கு போனபோதெல்லாம் சாட்டர்ஜியோட வீட்டிலதான் தங்குவார்,' என்று மனா என்னிடம் சொல்கிறார்.

1977இல் இடது முன்னணி பாசு முதல்வராக பொறுப்பேற்க ஆட்சிக்கு வந்தப்போ நாங்க சுந்தரவனத்துக்கு வந்து சேந்தோம். காத்து, நீர், வண்டல் நிலம் எல்லாமுமா சேந்து கிழக்கு பாகிஸ்தானில எங்க வாழ்க்கைய நெனச்சு ஏங்கறத கொஞ்சம் கொறச்சது. எங்கள்ல சிலர் இடையில பயணம் செஞ்சு மரிச்ஜாப்பியை கண்டுபிடிச்சாங்க. அந்த இடமே எங்களுக்கு வாழ்க்க கொடுத்துச்சு.'

'அப்படின்னா, பாசு, ராம் சாட்டர்ஜி, இல்ல இடது முன்னணியைச் சேர்ந்த வேறு எந்த தலைவராவது மரிச்ஜாப்பி பத்தி பேசினாங்களா?' என்று கேட்கிறேன். சில அகதிகள் இன்னும் இடதுசாரித் தலைவர்களே மரிச்ஜாப்பி இடத்தை அவர்களுக்குப் பரிந்துரைத்தனர் என்று கூறுவதால் இதை நான் மனாவிடமிருந்து அறிய விரும்புகிறேன்.

'இல்ல. தீவ கண்டுபிடிச்சது பாபாவும் உத்பஸ்து உன்னாயன்ஷில் சமிதியின் மற்ற தலைவர்களும்தான். சில அகதிகள் குடியேற நிலத்த தேடி மேற்கு வங்கத்துக்கு பயணம் போவாங்க. சுந்தரவனத்தோட ஒரு பகுதி இப்போ பங்களாதேஷா இருக்குற ஓப்பர் பங்க்ளாவில் இருக்கு. அதனால தீவுகள் பத்தி எங்களுக்கு நல்லாவே தெரியும்,' என்கிறார் மனா.

மரிச்ஜாப்பிக்கு அவர்கள் எப்படி சென்றடைந்தார்கள்?

'அது நடந்து பல வருசங்க ஆச்சு, பாபு. மனா கேம்புக்குள்ள சந்தைக்கு பக்கத்துல ஒரு பெரிய கோவில் ஹரி சபானு இருந்தது எனக்கு நினைவிருக்கு. ஒரு நாள் சாயங்காலம் மக்கள் தங்களோட உடமைகளோட கல்கத்தாவுக்குப் புறப்பட அங்க வந்து கூடினது நினைவிருக்கு. அவங்க மரிச்ஜாப்பிக்குப் போகத்தான் விரும்பினாங்க.

'நாங்க உடனே போகல. இடதுசாரி அரசு அவங்க வார்த்தைய காப்பாத்தாம இந்த அகதிகள பலவந்தமா திருப்பி அனுப்பினாங்கனு பின்னர் தெரிஞ்சுகிட்டோம். மொதல்ல நாங்க ட்ரெயினப் புடிச்சு ஹஸ்னாபாத் ரயில் நிலையம் போயி அங்கிருந்து படகு எடுத்து மரிச்ஜாப்பியை அடையலாம்னு திட்டம் இருந்தது. ஆனா ஹஸ்னாபாத்தில இருந்து மக்கள போலிஸ் திருப்பி அனுப்பற செய்தி பரவியதும், அகதிகள் ஹஸ்னாபாத்துக்கு முன்னாடி வர ஸ்டேஷன்லயே இறங்கி,

காவல் துறையைத் தவிர்க்க சுற்று வழிகள்ல மரிச்ஜாப்பி போனாங்க.'

மனாவுக்கு அந்த ஆண்டு சரியாக நினைவில் இல்லை, ஆனால் இது 1978க்கு சில ஆண்டுகளுக்கு முன்பு என்று கூறுகிறார். 'மரிச்ஜாப்பியை எப்படியாவது அடைய பல முயற்சிகள் எடுத்தாங்க. ஒரு குரூப் முயற்சி செஞ்சு கிளம்பினா அவங்கள போலீசார் திருப்பி அனுப்பிடுவாங்க. அதுல சில பேர் திரும்பி முயற்சி செய்வாங்க, மத்தவங்க மேற்கு வங்கத்தில பல்வேறு இடங்கள்ல குடிபெயர்ந்தாங்க.'

முகாமில் பிரச்சனைகள் ஏற்பட்ட போது மனா மற்றும் அவரது குடும்பத்தினர் சில நாட்களில் அங்கிருந்து வெளியேறத் தயாராகி வந்தனர். 'பாபா வழக்கத்த விட முன்னதா ஒரு நாள் மாலை வீட்டுக்கு வந்தார். அவர்கூட அவரது நண்பர் சதீஷ் மண்டல் இருந்தார். பாபா அவங்களுக்கு எதிரா கைது உத்தரவு வழங்கப்பட்டிருப்பதா கூறினார். அஞ்சு அல்லது அதுக்கும் மேல எண்ணிக்கைல மக்கள் கூடுவதை தடை செய்யும் குற்றவியல் நடைமுறைச் சட்டத்தின் (சிஆர்பிசி) பிரிவு 144 தண்டகாரண்யத்தில் விதிக்கப்பட்டது. காலைல பத்து பதினோரு மணி வாக்குல ஒரு போலிஸ் வேன் வந்து பாபாவை சதீஷ் மண்டலுடன் அழைச்சிட்டுப் போனாங்க.

'ஆறு மாசமா அவர் எங்க இருந்தாரு, எந்த நிலையில இருந்தாரு, உயிரோடதான் இருந்தாரானுலாம் எங்களுக்கு ஒன்னும் தெரியல. முகாம் அதிகாரிங்க எங்களுக்கு வெச்சு பொழைச்சுக்க ஒரு ரேஷன் கடை கொடுத்திருந்தாங்க. அது அப்பாவோட பேரில இருந்தது. ஆனா அவர் இல்லாம கடைய கூட நடத்த முடியல. எங்க வாழ்வாதாரத்துக்கு வேற வழியும் இல்ல.

'அம்மா எங்கள காப்பாத்த வீட்டு வேலைக்கு போனாங்க. என்னோட அண்ணா எட்டாம் வகுப்புல இருந்தார். நான் மூனாம் வகுப்பு படிச்சிட்டிருந்தேன். கூடப்பொறந்த அஞ்சு பேருல நான் ரெண்டாவது. என் அப்பா பக்க உறவுல அண்ணா ஒருத்தரு பதினோராம் வகுப்புல இருந்தார். அவரும் அவரோட அம்மாவும் தம்பியும் எங்ககூட தங்கியிருந்தாங்க. நாங்க கூட்டுக் குடும்பமா இருந்தோம். அவரு எங்களுக்கு உதவியா இருந்தாரு.

ஆனா அதிகாரிங்க அவரையும் அவரோட குடும்பத்தையும் வேறொரு முகாமுக்கு அனுப்பிட்டாங்க. அதனால எங்களை நாங்களே பாத்துக்க வேண்டியதாச்சு; அஞ்சு குழந்தைங்களோட தன்னந்தனியா ஒரு தாய். மனுசங்களோட மோசமான பக்கத்த பாத்தோம். முகாமுல கணவனை இழந்த பெண்கள் இல்லேனா கணவன் சிறைக்கு அனுப்பப்பட்டு தனியா வாழற பெண்கள்னு எல்லார் கிட்டயும் அதிகாரிங்க மோசமா நடந்துக்கிட்டாங்க.

'என்னோட அண்ணா ஒரு இனிப்பு கடையில வேலைக்கு சேர்ந்தார். எங்க அப்பா மக்கள் இயக்கத்தில ஈடுபட்டிருந்ததால சில குடும்பங்கள் அப்பப்ப கொஞ்சம் பணம் கொடுத்து எங்கள பாத்துக்கிட்டாங்க.

'ஆறு மாசத்துக்கப்புறம் எங்க அப்பாவோட வழக்கு ஜபல்பூருல விசாரணைக்கு வரதா எங்களுக்கு தெரிஞ்சது. அங்க வாழ்ந்த ஒரு உறவினர் சகோதரி பாபா நீதிமன்றத்துல ஆஜர்படுத்தப்படுவதா எங்களுக்கு தந்தி அனுப்பினாங்க. அவரையும் சதீஷ் மண்டலையும் உள்நாட்டு பாதுகாப்புச் சட்டத்தின் *(MISA)* கீழ் குற்றம் சுமத்தி ராய்பூர் சிறைக்கு அனுப்பிட்டாங்க.

'நாங்க எதிர்த்துப் போராடினது எதுவும் எடுபடல. அரசாங்கம் பாபா வெளியே வரத விரும்பலனு தெரிஞ்சது. ஏன்னா அவரு நிறைய படிச்சிருந்தாரு. அகதிகள திரட்டி மரிச்ஜாப்பிக்கு அழைச்சுட்டுப் போறதுல அவரு வெற்றியடைஞ்சிடுவாருனு அரசு பயந்துச்சு. கிழக்கு பாகிஸ்தான் குல்னா மாவட்டத்தில பாபா பள்ளி ஆசிரியரா இருந்தார். அவர்தான் இந்த இடம்பெயர்ந்த மக்களோட குரலா இருந்தார்.

மிசாவில் கைது செய்யப்பட்ட எந்த ஒரு கைதியையும் சந்திக்க அனுமதி இல்லை. அரசாங்கம் ஒரு புதிய சட்டம் கொண்டு வந்து மூன்று மாதங்களுக்கு ஒரு முறை பார்க்க அனுமதி வழங்கினார்கள். மனா இறுதியாக தனது தந்தையை சந்திக்க ஒரு வாய்ப்பு. முதல் நாளில் சந்திப்பைக் கோரி ஒரு விண்ணப்பம் தாக்கல் செய்யப்பட வேண்டும்; இரண்டாவது நாளும் ஏதோவொரு விதிமுறையிலேயே கழிய, மூன்றாவது நாளில் அக்குடும்பம் இறுதியாக கோல்தரை சந்திக்கிறது.

மீண்டும் தன் தந்தையைக் கண்டதை நினைத்து இப்போது மனாவின் கண்களில் நீர் பெருகுகிறது. ஒரு பெரிய அறையின் நான்கு மூலைகளிலும் சோஃபா போடப்பட்டிருக்க, அறையின் மூலையில் கலெக்டர் கூட்டங்களை மேற்பார்வையிட ஒரு மேஜை போடப்பட்டிருக்கிறது. நான்கு குடும்பங்கள் ஒவ்வொரு நாளும் சிறையில் உள்ள தங்கள் குடும்ப உறுப்பினருடன் நேரத்தை செலவிடலாம்.

இருபத்திரண்டு மாதங்களுக்குப் பிறகு மிசாவின் கீழ் சிறையில் அடைக்கப்பட்ட அகதிகள் விடுவிக்கப்பட்டனர். 'பாபா முகாமுக்கு திரும்ப வந்தார். அதுக்குள்ள அங்கிருந்த நிறைய பேர தண்டகாரண்யத்தில இருந்த மற்ற முகாம்களுக்கு அனுப்பப்பட்டாங்க. அப்பதான் அவங்க யாரும் வங்கத்துல மீள்குடியேற்ற இயக்கங்களை திட்டமிடுவதைத் தடுக்க முடியும்னு அரசு நெனச்சது. எங்கள மாதிரி சில குடும்பங்கள மட்டும் தங்க விட்டாங்க. பாபாக்கும் திரும்பவும் ஒரு கடைய நடத்த வாய்ப்பு கொடுத்தாங்க. அவர் வேணாம்னு சொல்லிட்டாரு.'

கோல்தர் பீகாரில் உள்ள கதிஹார் நகருக்குக் குடிபெயர்ந்தார். மற்ற அகதிக் குழுக்களால் பல வருடங்களாக மேற்கொண்ட முயற்சிகள் தோல்வியுற்ற பிறகும் மரிச்ஜாப்பியில் கால் வைக்கும் அவரது உறுதியை எதுவும் தடுக்க முடியவில்லை. 'அவரு என்ன திட்டம் வெச்சிருந்தாருனு எங்களுக்கு எதுவும் தெரியல. அம்மா அவர்கிட்ட, "அவங்கதான் நம்மள இங்கயே தங்க அனுமதிக்கிறாங்க இல்ல, நாம் ஏன் வேற எங்கயும் போகனும்?"னு கேட்டாங்க ஆனா பாபா அவங்க பேச்ச கேக்கல.'

கோல்தர் குடும்பம் மனா முகாமிலிருந்து விடைபெற்று கதிஹார் சென்றது. அங்கு சில மாதங்களுக்குப் பிறகு, ரங்கலால் கல்கத்தாவுக்குச் சென்று ராம் சாட்டர்ஜியின் வீட்டில் தங்கினார். ராம் சாட்டர்ஜி, ஜோதி பாசு போலல்லாமல், தன் வாக்குறுதியை மறக்கவில்லை. அவரது தந்தைக்கு உதவி செய்தார்.

'அதனால பாபா தண்டகாரண்யா முகாம்கள்ல சிதறியிருந்த மக்கள ஒன்று திரட்டத் தொடங்கினார். அவர் ஒரு தடவ

தண்டகாரண்யத்துக்கு போனப்போ அவர போலிஸ் கைது செஞ்சு, அடிச்சு துன்புறுத்தியதால அவர் திரும்ப பீகாருக்குக் கட்டாயமா ரயில் ஏற வேண்டி வந்தது. வீட்டுக்கு வந்தவரு நோய்வாய்ப்பட்டார். ஆறேழு மாசம் படுத்த படுக்கையா இருந்தார். அம்மா ராப்பகலா கண் விழிச்சு அவர பாத்துக்கிட்டாங்க. இத்தன பிடிவாதமா தான் கனவு கண்ட ராஜ்ஜியத்த அடையற வரைக்கும் ஓய்வெடுக்க மாட்டேனு வைராக்கியமா இருந்தவர்கிட்ட புத்திமதி சொல்லிப் பாத்தாங்க.

'அப்பா குணமடஞ்சதும் பீகாருல இருக்குற இன்னொரு கிராமத்துக்குப் போயி அப்பவும் தன்ன வேவு பார்த்துக்கிட்டிருந்த போலிஸ்காரங்கள ஏமாத்தி அங்கிருந்து கல்கத்தாக்கு போனாரு. தண்டகாரண்யத்திலிருந்து ஒரு அகதிகள் குழு கல்கத்தாவுக்கு வந்ததும் அவங்ககூட சேந்து மரிச்ஜாப்பிக்கு போனாரு.

'பாபாவைத் தவிர குடும்பத்தில மற்றவங்க நாங்க யாரும் மரிச்ஜாப்பிய இன்னும் பார்த்திருக்கல. அவரு போயி ரெண்டு மூனு மாசத்துக்கப்புறம் நாங்க அங்க போனோம். நாங்க பயணம் செஞ்சப்போ பாபாவோட பேரக்கூட எங்க பையில எழுதிக்கல. சிக்கலாகிடுமோனு எங்க பேர கேட்டப்போக்கூட நாங்க உண்மையான அடையாளங்கள கொடுக்கல. ஹஸ்னாபாத்துக்கு ரயிலில பயணம் செஞ்சோம், நல்லவேளையா அதுக்குமேல எந்த தடங்கலும் இல்ல. ஓரிரு நாட்கள் ஹஸ்னாபாத்தில தங்கினோம். அங்கிருந்து ஒரு படக எடுத்துக்கிட்டு கடைசியில மரிச்ஜாப்பிக்குப் போனோம்.'

நம்பிக்கையளித்த அந்த நிலத்தில் முதல் முதல் காலடி வைத்தபோது அவர் எப்படி உணர்ந்தார்?

'நம்பிக்கை கடலளவுக்கு இருந்துச்சு.' கண்கள் பனித்திருக்கும் மனாவைப் பார்க்க மீண்டும் பன்னிரண்டு வயது சிறுமியாகத் தெரிந்தார்.

'ஆயிரமாயிரக்கணக்கான மக்கள். தீவுல அரசாங்கத்தால பயிரிடப்பட்ட பனந்தோப்பும் தென்னந்தோப்பும் இருந்துச்சு. இப்ப கூட நீங்க சுந்தரவனத்துக்குப் போனா அந்த மரங்கள பாக்க முடியும். மரங்களுக்கிடையிலான இடைவெளியில மக்கள் குடிசைங்க கட்டியிருந்தாங்க.

‘காட்டுல இருந்த மரங்கள வெட்டி எடுத்து ஆத்துக்கு அந்தப்பக்கம் இருக்குற மொல்லா காலிக்கும் சட்ஜெலியாக்கும் அங்க இருக்குற ஊர் மக்களுக்கு வெட்டின மரங்கள விப்பாங்க. கோரன் மரம் மாதிரி நல்ல தடிமனான மரக்கட்டைங்கள வித்து தேவையான பணத்த சம்பாதிப்பாங்க. வாழ்க்கை வசதியா இல்லாட்டாலும் அமைதியா இருந்ததுனு சொல்லலாம்.

‘ஆனா சில அகதிகள் மரங்கள வெட்டலனு சொன்னாங்களே?’

‘இல்ல, வெட்டினாங்க. நிறைய இல்ல. ஆனா கொஞ்சம் மரங்கள வெட்டினாங்க.’

‘நாங்க படிப்படியா அங்க ஒரு குடியிருப்பக் கட்டினோம். பல காலமா வீடில்லாம இருந்தவங்களுக்கு ஒரு நம்பிக்கை கெடச்சது. பங்களாதேஷுல விட்டுட்டு வந்த மரம், செடி கொடிங்களும் விலங்கும் இங்கேயும் இருந்ததால நிலத்துல உடலுழைப்பு கொடுக்க அவங்க தயங்கல. வெளியாட்கள் பணமும் பொருளும் சில நேரம் யோசனைகளும் தந்து உதவினாங்க. பொறியியலாளர் சுப்ரதா சாட்டர்ஜி ஒரு கை பம்பை ஏற்பாடு பண்ண எங்களுக்கு உதவினார். பாபா மரிச்ஜாப்பியில இருந்து தப்பிச்சுப் போயி ஜோத்பூர் பார்க்குல அவரோட வீட்டுக்குதான் போனாரு. உங்க அப்பா எங்களுக்கு 15,000 ரூபாய் தந்தாரு. அன்னிக்கு அது ரொம்ப பெரிய தொகை.’

வெறும் ஈரமண்ணாக இருந்த தீவில அன்றாட வாழ்க்கை அவர்களுக்கு எப்படி இருந்தது?

‘நாங்க திருப்தியாதான் இருந்தோம். ஒரு மருந்தகம் கட்டினாங்க. எட்டாம் வகுப்பு வரை மாணவர்களுக்கு சொல்லிக்கொடுக்க ஒரு பள்ளி கட்டினாங்க. மீன் வளர்க்க சின்ன சின்னக் குளங்கள் வெட்டுறது, மரம் வெட்டுறது, உப்பளம் கட்டுறதுனு சின்ன சின்னதா வேல செஞ்சு பொழைச்சுக்கிட்டுதான் இருந்தோம். கோரன் மரத்தால படகுகள் செஞ்சோம். எங்க அப்பாக்கு சொந்தமா ஒரு படகு இருந்துச்சு. சில மாசம் எங்க முகத்துல சந்தோசம் இருந்துச்சு, அரசு வந்து எங்கள அடிச்சுத் துரத்துற வரைக்கும். ஆத்தோட அந்தப்பக்கம் போயி சாப்பாடு, தண்ணி, இதர தேவையான விஷயங்கள கொண்டு வரதுக்கும், சின்ன சின்னதா வியாபாரம் செய்யிறதுக்கும் எங்க மக்கள

தடுத்து நிறுத்தறப்பவே பிரச்சனையோட முதல் அறிகுறி தெரிஞ்சது.

'பதினெட்டு நாளு அந்தப் பக்கம் போயி எதுவொன்னும் வாங்கி வரதுக்கு முழுத் தடை இருந்தது. சாப்பிடக்கூட எதுவும் இல்ல. விரக்தியில மக்கள் மென்மையா இருக்குற தேங்காச் செடிகளோட தல பக்கத்த சாப்பிட ஆரம்பிச்சாங்க. இத இங்க மத்தினு சொல்லுவாங்க. அதுபோக, இங்க ஒரு வகையான இலை கெடைக்கும், ஜதுபலாங்னு சொல்லுவாங்க. உப்பு கரிக்கும். பசியில அதையும் சாப்பிட்டாங்க. இந்த மாதிரி கிடைச்சத சாப்பிட்டதால உணவே விஷமாகி நிறைய பேர் இறந்தாங்க. குறிப்பா குழந்தைங்க அதிக எண்ணிக்கையில செத்துப்போனாங்க.

'நெனைச்சாலே நெஞ்சு வலிக்கும்.' மனாவின் கண்களில் தடுக்கவியலாமல் கண்ணீர் வழிந்தோடுகிறது.

'மக்கள் வெளிய போக முயற்சி பண்ணப்போ போலிஸ் அவங்க மீது கண்ணீர் புகையடிச்சு, துப்பாக்கியால சுட்டாங்க. பெண்கள பாலியல் பலாத்காரம் செஞ்சாங்க. அகதிகளோட ஆயுதங்களா வெறும் சங்காஸ் (கூர்மையான குச்சிகள்) மட்டும்தான் இருந்துச்சு. போலிஸ் அடிச்ச புகையால அவங்க கண்கள் எரிஞ்சுச்சு. எனக்கு அப்போ ரொம்ப சின்ன வயசு. ரெண்டு பக்கமும் சமமேயில்லாத சண்டைகள பாக்கவும் கேக்கவும் முடிஞ்சது. எங்க பக்கத்து வீட்டுக்காரர் சந்தோஷ் சர்காரோட காலுல சுட்டாங்க. அதனால அவரு அந்த கால இழக்க வேண்டியதாச்சு. இன்னிக்கு நீங்க அவர சந்திக்கலாம்.

'அப்புறம் பொருளாதார முடக்கம், அதுக்குத் தடை விதிச்ச நீதிமன்ற வழக்கு, அதுக்கு இடையில பசியால இறந்தவங்க...' மனாவின் குரல் மெலிதாகிறது.

'மரிச்ஜாப்பியில இருந்து வெளியேற்றப்பட்ட கடைசி குடும்பங்கள்ல எங்களதும் ஒன்னு. பாபா, சதீஷ் மண்டல் - எல்லாரும் தலைமறைவாகிட்டாங்க. எனக்கு இன்னும் நினைவிருக்கு, எங்கள போட்ல ஹஸ்னாபாத்துக்கு அழைச்சிட்டுப் போனப்போ அந்தி சாஞ்சிருச்சு. அங்கிருந்து எங்கள தத்கண்டி முகாமுக்குக் கொண்டு போனாங்க. அப்புறம் அங்கிருந்து பர்ன்பூரில இருந்த ஒரு முகாம் -

அங்கதான் பாபாவும் எங்ககூட சேந்துக்கிட்டார். போலிஸ் ரெய்டுனால அவர் ஜோத்பூர் பார்க் வீட்டிலருந்து தப்பி ஓடி மஸ்லந்தபூர்ல இருக்குற சுப்ரதா சாட்டர்ஜியோட வீட்டில தலைமறைவா இருந்தார். அம்மா அதிகாரிங்க கிட்ட அவரை எங்ககிட்ட திருப்பி அனுப்ப முடியுமானு கேட்டுக்கிட்டாங்க. இப்போதான் திரும்பிப் போக மரிச்ஜாப்பி இல்லையே. அவங்களும் ஒத்துக்கிட்டாங்க. நாங்க கதிஹாருக்கே திருப்பி அனுப்பப்பட்டோம். இனிமே மீண்டும் பெங்காலுக்குள்ள காலடி எடுத்து வெக்ககூடாதுனு அதிகாரிங்க எச்சரிச்சு அனுப்பினாங்க,' என்கிறார் மனா.

'ஆனால் பாபாவால் வங்கத்த விட்டு இருக்க முடியல. அவர் எங்கள திரும்ப அங்க கூட்டிட்டு வந்தாரு. நான் உங்க வீட்டில தங்கும்போது என் சகோதரி சுப்ரதா சாட்டர்ஜியின் வீட்டில தங்கியிருந்தாங்க. எங்களுக்கு திரும்ப ஒரு வீடு கிடைச்சது.' மனா என்னைப் பார்த்துப் புன்னகைக்கிறார்.

பின்னோக்கிப் பார்த்தால் மரிச்ஜாப்பிக்கு வந்தது தவறா? என்.சி மலிக் மற்றும் கலாசந்த் தாஸ் இருவரும் என்னிடம் தவறு என்றே சொன்னதாக நான் மனாவிடம் சொல்கிறேன். தொடக்க வருடங்களுக்குப் பிறகு, தண்டகாரண்யா மேம்பாட்டு ஆணைய அதிகாரிகள் அகதிகளுக்கு மறுவாழ்வு வழங்கி பொதுமக்களுடன் சேர்ந்துவாழ தங்களால் முடிந்த அனைத்தையும் செய்தனர். மலிக் தனது படிப்பை முடித்து ஆசிரியர் பணியில் சேர, கலாசந்த் தாஸ் ஐ.டி.ஐ பயிற்சியை நிறைவு செய்து ஒரு மெக்கானிக்கானார். இருவரும் வங்காளத்திலிருந்து வெகு தொலைவில் திருப்திகரமான வாழ்க்கையை வாழ்ந்ததாகவும், மரிச்ஜாப்பிக்குச் செல்லாததே நல்லது என்று நினைப்பதாகவும் என்னிடம் கூறியிருந்தார்கள்.

'நான் என்ன சொல்ல, பாபு? கடந்த காலத்த யாரும் மாத்த முடியாது இல்லையா?' மனா பெருமூச்சுவிடுகிறார்.

பதேர் சேஷ்

நானும் மனாவும் சிறிது நேரம் அமைதியாக அமர்ந்திருக்கிறோம். மரிச்ஜாப்பி என்னைப் பொறுத்தவரையில் எனக்கு மிகவும் நெருக்கமான கதை. இதை என் கையேட்டில் எழுதும்பொழுது

தொண்டை அடைக்காமல் எழுத முடியவில்லை. என் கண்ணீரைக் கட்டுப்படுத்தி, மனா வந்து சேர்ந்திருக்கும் இறுதி இடமான பதேர் சேஷ் பற்றி கேட்கிறேன். பதேர் சேஷ் என்பதன் நேரடி ஆங்கில அர்த்தம் 'Road's End'. இந்த நாட்டின் வரலாற்றில் மிக மோசமான மனிதப் படுகொலையை நேரில் கண்ட ராய்பூரின் மனா முகாமில் பிறந்து வளர்ந்த ஒரு சிறுமி, வங்காளத்தின் தெற்கு 24 பர்கானாவில் இருக்கும் இந்தப் பச்சைக் குக்கிராமத்திற்கு வந்தடைந்தது எப்படி?

'உங்களுக்கே தெரியும், பாபாவோட ஆன்மா இங்கதான் இருந்தது. மரிச்ஜாப்பி நடந்ததுக்கப்புறம் நாலைஞ்சு ஆண்டுகள் கழிச்சு இந்த கிராமத்தை உருவாக்க பத்திரிகையாளர்கள், அறிவுஜீவிகள், எழுத்தாளர்கள்கிட்டருந்து அவர் நிதி சேகரிச்சார் - அம்லான் தத்தா, கோர் கிஷோர் கோஷ், ஜோதிர்மய் தத்தா, சுனில் கங்குலி, உங்க அப்பா, இன்னும் சிலபேர் இதில அடக்கம்..

'மரிச்ஜாப்பியில் இருந்து இடம்பெயர்ந்து தண்டகாரண்யத்துக்குத் திரும்ப வேண்டிய கட்டாயத்தில் இருந்த மத்தவங்களும் படிப்படியா இங்க வந்தாங்க. இந்த இடம் பாபாவுக்கு மரிச்ஜாப்பியை நினைவுபடுத்திச்சு. அதனாலதான் அவர் இங்க வந்தார்.'

நாங்கள் பேசும்போது ஊன்றுகோலைப் பிடித்தபடி ஒரு மெலிந்த மனிதர் மனாவின் வாசற்படியில் தோன்றினார். 'அரே சந்தோஷ்தா! வாங்க. வாங்க. இப்போதான் உங்கள பத்தி பேசிக்கிட்டிருந்தோம். உங்கள தவிர பதேர் சேஷ பத்தி வேற யாரு என்னோட இந்த பத்திரிகையாளர் சகோதரர்கிட்ட சொல்ல முடியும்! இவர் நம்ம பத்தி ஒரு புத்தகம் எழுதறாரு.'

சந்தோஷ் சர்கார் உள்ளே நுழைய மனா மீண்டும் தேநீர் தயாரிக்கத் தண்ணீர் கொதிக்க வைக்கிறார். எங்களை மதிய உணவுக்குத் தங்குமாறு கேட்டுக்கொள்கிறார். பழைய காயங்கள் மீண்டும் திறக்கப்பட்டு மூடப்படுகின்றன.

- பிப்ரவரி 2018, பதேர் சேஷ்

7

சந்தோஷ் சர்கார்

அன்றைய காலையும் கடந்த வாரத்தில் இருந்ததைப் போலவே இயல்பாகத்தான் விடிந்தது. பசியுடன் உறங்கச்சென்று உரக்கமில்லாமல் சிவந்த கண்களுடன் சந்தோஷ் சர்கார் விழித்தெழுந்திருந்தாலும் அந்த நாள் தனது வாழ்க்கையை மாற்றும் என்று உணர்ந்தார். கடந்த சில இரவுகளில் அவரால் கொஞ்சம் உறங்க முடிந்த பொழுதுகளில் எல்லாம் துர்கனவுகள் மட்டுமே அவருக்குத் துணையாக இருந்தன. விடிந்தாலும் அவரை விட்டுப் போகாத கனவுகளுடன் பசியும் மரணமும் சேர்ந்து துரத்தியது. ஆனாலும் சர்கார் 31 ஜனவரி 1979 அன்று வாழ்நாள் முழுவதும் நொண்டியாக்கப்படுவோம் என்றோ பதினெட்டு வயதிலேயே அரசுடன் போர் புரிந்துகொண்டிருந்த மக்களுக்கு மத்தியில் ஒரு வீரனாக ஆக்கப்படுவோம் என்றோ எந்த துர்கனவிலும் நினைத்துக்கூடப் பார்த்ததில்லை.

‘நான் ஹீரோ இல்ல. ஆனா நான் சரினு நினைக்கறதுக்காக நெருப்புல குதிக்கக்கூட ஒருபோதும் தயங்க மாட்டேன். இன்னிக்கு இப்படி என்ன பாக்குறதுனால உங்களுக்கு நம்ப கஷ்டமா இருக்கலாம். ஆனா என்னப்பத்தி மனாக்கு தெரியும்,’ என்று எங்களுக்காக இரண்டாவது சுற்று தேநீர் தயார் செய்ய சமையலறையில் மறைந்து போகும் மனாவைப் பார்த்தபடி சர்கார் கூறுகிறார்.

பதோர் சேஷில் உள்ள மனாவின் சிறிய குடிசைக்கு வெளியே அன்றைய நாளின் வெப்பம் ஏறிக்கொண்டிருக்கிறது. சர்கார் பின்னோக்கி எங்களை அழைத்துச் செல்கிறார். மரிச்ஜாப்பியில் 26 ஜனவரி 1979 முதல் தொடங்கிய பொருளாதார முடக்கம் அதற்கடுத்த மாதம் ஏழாம் தேதி கல்கத்தா உயர்நீதிமன்ற நீதிபதி ஆர்.என். பைன் மேற்கு வங்க அரசுக்கு முடக்கத்தை நீக்க உத்தரவு பிறப்பித்தது வரை நீண்டது. ஆனால் அந்த

பதின்மூன்று அல்லது பதினான்கு நாட்களும் பெயர் தெரியாத புல்லையும் தழையையும் தின்ற எண்ணற்ற குழந்தைகளும் வயதானவர்களும் பசியிலும் நோயிலும் மாண்டனர். 'தீவில இருந்த ஒவ்வொரு குடும்பத்தையும் வயிற்றுப்போக்கு பீடிச்சது. சாவு ஒவ்வொரு நாளும் எட்டிப்பாத்தது. குழந்தைங்களோட வெற்று உடல்கள் அவங்க தாய்மார்கள் கதறக் கதற கரன்காளி ஆத்தங்கரையில சிதறிக் கிடந்துச்சு. இதுக்கு மேல பொறுத்துக்க முடியாதுனு நாங்க முடிவு செஞ்சோம்,' என்கிறார் சர்கார்.

மாநில அரசின் இந்தப் பொருளாதார முடக்கம் அறிவிக்கப்படாமல் தொடங்கியது. சுமார் முப்பது போலிஸ் படகுகளும் இரண்டு பி.எஸ்.எஃப். கப்பல்களும் ஜனவரி 26 அன்று மரிச்ஜாப்பியை சூழ்ந்துகொண்டன. தீவுவாசிகள் படகுகளை எடுத்துச் சென்று உணவு, தண்ணீர் மற்றும் பிற அத்தியாவசியப் பொருட்களை அண்டை தீவுகளிலிருந்து கொண்டுவர தடை விதிக்கப்பட்டது. மக்கள் தடுப்பை உடைக்க முயலாமல் இல்லை, ஆனால் காவல்துறையின் தாக்குதல் படகுகளை மூழ்கடித்து, மக்களை மீண்டும் தீவுக்கே நீந்தும்படி செய்தன. அதில் சிலர் காவல் நிலையங்களுக்கு இழுத்துச் செல்லப்பட்டனர்.

'ஜனவரி 31 காலை நாங்க ஒரு புதிய திட்டம் போட்டோம். எங்க தலைவர்கள் சதீஷ் மண்டல் மற்றும் ரங்கலால் கோல்தர், தீவு பெண்கள் படகை எடுத்துக்கிட்டு பக்கத்துத் தீவுக்குப் போயி சாப்பாடும் தண்ணீரும் நோய்ப்பட்டவங்களுக்கு மருந்தும் கொண்டுவருவாங்கனு சொன்னாங்க. ஏன்னா, காவல்துறை பெண்கள் போற படகுகள தாக்க மாட்டாங்கனு நிச்சயமா நம்பினாங்க.

'காலை 9 மணியளவுல மரிச்ஜாப்பியில இருந்த பெண்கள் சிலர் அவங்களா முன்வந்து மூனு படகுகள்ல புறப்பட்டாங்க. கரையில் இருந்து நாங்க மூச்சடைக்க பார்த்திட்டிருந்தோம். மரிச்ஜாப்பியில் பசியால துடிச்சிக்கிட்டிருந்த மக்களுக்கு குமீர்மரியிலிருந்து அத்தியாவசியப் பொருட்களைக் கொண்டுவரது இப்போ இந்தத் தாய்மார்கள், சகோதரிகள், மகள்களோட பொறுப்புல இருக்குது.

‘ஆனா எங்க கணிப்பு தப்புனு நிரூபணமாச்சு. போலிஸ் சீருடையில இருந்த அந்த வேசி மகனுங்க அவங்கள பெண்கள்னும் பொருட்படுத்தல. அவங்களோட கப்பல மூனு படகுங்க மேலயும் மோதி மூழ்கடிச்சாங்க.

சர்கார், மதிய உணவாக அவரது அம்மா தயாரித்த வேகவைத்த அரிசிக்கஞ்சி அப்போதுதான் சாப்பிட அமர்ந்தபோது அந்த அலறல் சத்தத்தைக் கேட்டார். தன் அம்மாவின் இறைஞ்சலையும் மீறி உணவைத் தொடக்கூட செய்யாமல் சத்தம் வந்த திசையில் ஓடினார்.

கையில் இருந்த முதற்பணி அந்தப் பெண்களை மீட்பது. கப்பல்களிலிருந்து காவல்துறையினர் எறிந்த கண்ணீர்ப்புகைக் குண்டுகளைப் புறக்கணித்து நீரில் மூழ்கிக்கொண்டிருந்த பெண்களைக் காப்பாற்ற தங்கள் படகுகளை எடுத்துக்கொண்டு ஆற்றில் இறங்க ஆண்கள் முடிவு செய்தனர். சிலபேரை அவர்களால் மீட்க முடிந்தது, மற்றவர்கள் நீரில் மூழ்கி காணாமல் போயினர். அவர்கள் மீண்டும் கண்டுபிடிக்கப்படவேயில்லை. காவலர்களே ஒரு சில பெண்களை கொண்டு சென்றதை அவர்கள் பின்னர் அறிந்தார்கள். அவர்கள் அருகிலுள்ள காவல் நிலையத்திற்குக் கொண்டு செல்லப்பட்டு, பல நாட்கள் கூட்டு பலாத்காரம் செய்யப்பட்டு பின்னர் விடுவிக்கப்பட்டனர்.

‘எங்களுக்கு திடீர்னு ஒரு ஆக்ரோஷம் வந்தது. போலிஸ்காரங்க ஆயுதம் ஏந்தி ஆபத்தானவங்களா படகுகள்ல இருந்தாங்க. நாங்க கரையில இருந்தோம். எங்ககிட்ட இருந்ததெல்லாம் கோரன் மரங்களோட தடித்த கிளைகள கூர்மையாக்கி ஈட்டி மாதிரி பயன்படுத்த வெச்சிருந்ததுதான். எங்க பெண்கள நீருல மூழ்கடிச்ச வேசி மகனுங்க மேல குறிவெச்சு எறிஞ்சோம். இந்த திடீர் பதில் தாக்குதல அவங்க எதிர்பாக்கல. அதிர்ச்சியாகிட்டாங்க. கிடைச்ச நேரத்துல ஆத்துல படகுகள எடுத்துட்டு இறங்கினோம்.’

அவர்களில் கிட்டத்தட்ட 400 பேர், சிறுவர்களும் ஆண்களுமாக, அவர்களில் சர்காரும் ஒருவர், மூழ்கிக் கொண்டிருந்த பெண்களைக் காப்பாற்ற ஆற்றில் படகுகளுடன் இறங்கினார்கள். போலீசார் துப்பாக்கியால் சுட்டனர். ‘அகதி ராபின் ஜோர்தார் ஒரு படகுல ஏறறதுக்கு முன்னாடியே

குண்டடிப்பட்டாரு. ஆனா அதனாலெல்லாம் நாங்க பின்வாங்கற மனநிலையில இல்ல,' என்கிறார் சர்கார்.

'எங்கள்ல சில பேர் நீருல மூழ்கிக்கிட்டிருந்த பெண்கள தூக்கிக்கிட்டு மரிச்ஜாப்பிக்குத் திரும்பினாங்க. என்னையும் சேத்து மத்தவங்க எங்க பெண்கள் செய்ய நினைச்ச பணியை முடிக்க குமீர்மரிக்கு முன்னேறி போனோம். நாங்க குமீர்மரிக்கு போனதும் அங்க இருந்த மக்கள்கிட்ட மரிச்ஜாப்பிக்குக் கொண்டுபோக உணவு தானியங்கள கேட்டோம். பெரும்பாலான குமீர்மரி கிராம மக்கள் ஜோதி பாசு ஏவிய காவல்துறையினர் பக்கம் இருந்ததால நாங்க அவங்களைத் தாக்குவோம்னு பயந்துகிட்டு வீட்டுக்குள்ள ஒளிஞ்சுகிட்டாங்க. எங்களப் பத்தின தகவல்கள இந்த காக்கியணிந்த க்ரிமினல்களுக்கு அவங்க கடத்துறதா நாங்க சந்தேகிக்கிறோம்னு நெனைச்சாங்க. எங்களுக்காக கதவுகளைத் திறக்க அவங்க தயங்கினாங்க.'

ஆனால் தோட்டாக்களை எதிர்கொண்ட ஆண்களை மூடிய கதவுகள் தடுத்து நிறுத்திவிட முடியுமா? 'நாங்க இந்த தீவுக்கு ஆபத்து விளைவிக்கும் நோக்கத்தோட வரலனு அவங்களுக்கு உறுதியளிச்சோம். எங்களுக்கு தேவையானது எல்லாம் மறு கரையில இருந்த எங்க மக்களுக்கான உணவுப் பொருட்களும், மருந்துகளும், குடிநீரும்தான். அவங்க எங்களுக்கு அரிசியும் பருப்பும், கொஞ்சம் தண்ணீர் பானைகளையும் கொடுத்தாங்க. ஆனா மரிச்ஜாப்பிக்கு எப்படி திரும்பப் போறதுனு தெரியல,' என்கிறார் சர்கார்.

அகதிகள் ஒரு திட்டத்தை வகுத்தனர். அரிசி, பருப்பு, தண்ணீர் மற்றும் மருந்துகளுடன் ஒரு படகில் நான்கு பேர் மட்டும் போக வேண்டும். இது படகை வேகமாக செலுத்த உதவும். இந்த படகின் இருபக்கமும் போலிஸ் படகுகளிலிருந்து தாக்கப்படாமல் தடுக்க பாதுகாப்பு அரணாக மற்ற படகுகளில் எஞ்சியிருப்பவர்கள் செல்வார்கள். சர்கார் தீவுவாசிகளுக்குத் தேவையான பொருட்களைக் கொண்டு செல்லும் படகுக்கு அரணாக 'மற்ற படகுகளில்' செல்ல முடிவு செய்தார்.

'எங்ககிட்ட செங்கன்-னு சொல்ற கோரன் மரக்கிளைகள கூர்மைப்படுத்தி வெச்சிருந்த ஆயுதம் இருந்துச்சு. எங்கள

நோக்கி துப்பாக்கியால சுட்டு, கண்ணீர் புகை குண்டுகள வீசின போலிஸ்காரங்கள நோக்கி நாங்க அத வீசினோம். எங்கள்ல சிலர் படகுகளிலருந்து காவல்துறையினர நோக்கி வீசறதுக்காக சின்ன கோடாரிங்கள எடுத்துட்டிப் போயிருந்தோம். அவங்க துப்பாக்கியால சுட்டா உயிர் பொழைக்க வாய்ப்பில்லனு எங்களுக்குத் தெரியும். ஆனா அன்னிக்கு நாங்க மரிச்ஜாப்பியில இருந்த எங்க மக்களுக்காக இறக்கவும் தயாரா இருந்தோம்.

மாலை *3.30* மணி வரை *400* பேரும் துணிச்சலாக இதையே மீண்டும் மீண்டும் செய்தனர். குமீர்மரியிலிருந்து மரிச்ஜாப்பிக்கு அத்தியாவசிய பொருட்களை எடுத்துச் சென்ற படகுகள் மற்ற படகுகளால் அரணாக சூழப்பட்டு செலுத்தப்பட்டன. போலிஸ் படகுகள் தங்களை நெருங்கியதும் அகதிகள் ஈட்டிகளையும் கோடரிகளையும் அவர்கள்மீது வீசினர். காவல்துறையினர் தங்கள் படகுகளை அவர்கள் படகுகள்மீது மோதி அவற்றை மூழ்கடிக்க முயன்றனர். அத்தியாவசியப் பொருட்களை எடுத்துச் சென்ற படகுகளுக்கு அரணாக சென்ற படகுகளே நீரில் மூழ்கின. அவர்களின் திட்டம் வெற்றிபெறத் தொடங்கியது.

'இது கிட்டத்தட்ட ஒரு முழுமையான போரேதான். அவங்க எங்க மேல கண்ணீர் புகை குண்டுகள வீசினாங்க; நாங்க அவங்க மேல கூர்மையான செங்கன வீசினோம். ஏதோ ஒன்னு அவங்க எங்க மேல உடனே துப்பாக்கிச் சூடு நடத்தறத தடுத்துச்சு. அதை மனிதாபிமானம்னு அழைக்க ஆசதான். ஆனா நான் நெனச்சது தவறுனு அவங்க உடனே எங்களுக்கு நிரூபிச்சாங்க. இந்த குழப்பங்களுக்கு மத்தியில அவங்க எங்க படகுகளை மூழ்கடிச்சுட்டே இருக்க, உணவ எப்படியோ பாதுகாப்பா கொண்டுபோனோம். அன்னிக்கு நதிதான் எங்களோட போர்க்களமாக இருந்தது.

'ராபின் ஜோர்தார் ஏற்கனவே சுடப்பட்டு காயமடைஞ்சார். மரிச்ஜாப்பியில எங்ககூட தங்க வந்திருந்த பேலூர் மடத்தைச் சேர்ந்த சுவாமி சமீரன் கோஷ் இருந்த படக போலிஸ் மோதியதுல அவருக்கும் காலுல பலத்த காயம் ஏற்பட்டது,' என்று சர்கார் நினைவு கூர்கிறார்.

ஆனாலும் அவர்கள் நிற்காமல் சென்றனர்.

மாலை 4 மணியளவில் உணவு இடைவேளை எடுத்துக்கொண்டு ஒன்றிரண்டு கவளங்கள் சாப்பிட்டுவிட்டு மீண்டும் போருக்கு செல்ல திட்டம். ஆனால் அவர்கள் உணவில் கைவைக்கவும் இந்த நானூறு வீரர்களை சூழ்ந்துகொள்ள கூடுதல் போலிஸ் படைகள் அனுப்பப்பட்டதாக செய்தி பரவியது. ‘அவலும் வெல்லமும் கலந்த சாப்பாட்ட முடிக்கக்கூட அன்னிக்கு நேரம் இல்ல.’

கூடுதல் படைகள் வந்தால் தாங்கள் உயிருடன் தப்பிக்க வாய்ப்பில்லை என்று அவர்களுக்குத் தெரியும். அந்த 400 பேரும் ஒரே இடத்தில் இல்லை. ஒரு சிலர் அத்தியாவசியப் பொருட்களுடன் மரிச்ஜாப்பிக்கு படகில் சென்றுகொண்டிருந்தனர். சர்கார் உட்பட மற்றவர்கள் அதே நேரத்தில் குமீர்மரியில் மதிய உணவிற்கு ஓய்வு எடுத்துக் கொண்டிருந்தனர்.

துப்பாக்கிகளை ஏந்திய ஏறத்தாழ 500 போலிஸ்காரர்களைக் கொண்ட ஒரு பெரிய படை படகுகளில் வந்துகொண்டிருந்ததை அவர்கள் பார்த்தார்கள். முப்பத்தொன்பது வருடங்களுக்கு முன்பு இது நடந்திருந்தாலும் நேற்று நடந்தது போல் சர்காரின் கண் முன்னால் அனைத்தும் விரிகிறது. ‘அந்த நாள நான் எப்படி மறக்க முடியும்? என்னோட வலது காலை இழந்து இன்னிக்கு நான் இப்படி இருக்க அந்த நாள்தான் காரணம்.’

சர்கார் எப்போதுமே சுவாமி விவேகானந்தரின் ரசிகர். சுவாமிகளின் ஆவி தன் உடலில் நுழைந்து அன்று தன் சகாக்களிடம் உரையாற்ற வைத்ததாகக் கூறுகிறார். ‘சகோதரர்களே, ஓடிப்போய் ஒளியற நேரம் இல்ல இது. நீங்க ஓடினாலும் போலிஸ் உங்க மீது துப்பாக்கிச் சூடு நடத்துவாங்க. அவங்க நம்மள ஒருபோதும் மனுஷங்களா நடத்துறதில்ல. மனுஷங்களா நெனச்சிருந்தா நம்ம பெண்கள மூழ்கடிச்சிருக்க மாட்டாங்க. இந்து அகதிகளாகிய நாம இந்த நாட்டுக்கு வந்ததுலருந்து இந்த ஊரு நம்மள நாய்ங்க மாதிரிதான் நடத்துது. அகதி முகாமிலயோ வெளியவோ எந்த கண்ணியமும் நம்மகிட்ட அவங்க காட்டல. இன்னிக்கு நாம திரும்ப எதிர்த்துப் போராடுவோம். நாம செத்தாலும் கண்ணியமா சாகலாம்.’

அவர் வார்த்தைகள் அம்மக்களுக்குள் போதையாகக் கலந்து சோர்வடைந்திருந்தவர்களை போருக்குத் தயார் படுத்தியது. வில்லையும், அம்புகளையும், குச்சிகளையும், கற்களையும், இன்னும் குமீர்மரியில் கைகளில் கிடைத்ததையெல்லாம் சேகரித்துக்கொண்டு கரைக்கு விரைந்தனர்.

படகுகளில் இருந்தவர்கள் மீதும் குமீர்மரி கரையில் கூடியிருந்தவர்கள் மீதும் போலீசார் துப்பாக்கியால் சுட்டனர். காயமடைந்தவர்களின் அலறல் குரல் காற்றை நிரப்ப அவர்கள் உடல்கள் படகுகளிலிருந்து ஆற்றில் விழுந்தன. குமீர்மரியைச் சேர்ந்த பெண் ஒருவர் வீட்டில் குழந்தைக்கு தாய்ப்பால் கொடுத்துக்கொண்டிருந்தபோது வெளியே என்ன குழப்பம் என்று எட்டிப்பார்க்க அவர் மீது குண்டடிப்பட்டது. அவர் கையிலிருந்த குழந்தை அழுதுகொண்டே தரையில் விழ, அவள் உடல் நிலத்தில் சரிந்ததை சர்கார் கண்டார்.

சர்கார் தனது வில்லை எடுத்தார். அவர் எப்போதும் நன்றாகக் குறிவைப்பவர். கண்ணீர்ப்புகை காற்றில் நிரம்பியிருந்ததால், ஓரளவு உயரத்தில் இருந்த ஒரு புளியமரத்தின் பின்னால் பாதுகாப்பாக மறைந்துகொண்டு, அங்கிருந்து படகுகளில் இருந்த போலிஸ்காரர்களை நோக்கிக் குறிவைத்தார். நெருங்கி வந்துகொண்டிருந்த போலிஸ் படகுகள் மீது அவரது ஆட்கள் ஈட்டிகளையும் கற்களையும் வீசிக் கொண்டிருந்தனர். போலீசார் அவர்களை நோக்கி இன்னும் நிறைய கண்ணீர்குண்டுகளை வீசி அவர்களை அங்கிருந்து ஓடவைக்க வானத்தை நோக்கி காற்றில் சுட்டனர்.

ஆனால் இது பின்வாங்குவதற்கான நாள் இல்லை. அகதிகள் துணிச்சலாக அங்கேயே நின்றனர். இப்பொழுது போலீசார் அவர்களை நேரடியாகக் குறிவைத்தனர். சர்கார் ஓர் ஏவுகணைப் படகு கரையைத் தொட்டதையோ, போலீசார் அதிலிருந்து இறங்கி அவருக்குப் பின்னால் வந்ததையோ கவனிக்கவில்லை.

'அவங்கள்ல ஒருத்தர் ஒரு இருபது முப்பது அடி தூரத்திலருந்து என்னை சுட்டார். ஒரு தோட்டா என் காலில பட்டுது. என்ன நடந்ததுனு எனக்கு சரியா புரியல. எலும்பு உடைஞ்சு

பொடியான மாதிரி இருந்தது. அப்புறம் அப்படியே தரையில விழுந்துட்டேன்.’

கண்ணீர் குண்டுகளிலிருந்து வந்த புகை குண்டடிப்பட்ட காலைவிடவும் சர்காருக்கு கண்களில் அதிக வலியை ஏற்படுத்தியது. அவர் எப்படியோ வேலியிருந்த பகுதிக்கு ஊர்ந்து சென்று அங்கேயே தரையோடு தரையாக எதிரி சூழ்ந்துகொள்ள படுத்திருந்தார்.

துப்பாக்கி முனையிலிருந்து பல ஈட்டுகள் காற்றில் பறந்து அவரைத் துளைக்க ஆயத்தமாக இருந்தன. இதுதான் முடிவு என்றெண்ணி சர்கார் தன் கண்களை மூடிக்கொண்டு கிடந்தார். ஆனால் எங்கிருந்தோ ஒருவர் அந்த இடத்திற்கு விரைந்து வந்தார். அவரொரு காவல்துறை அதிகாரி. ‘தைரியம் இருந்தா கொல்லு பாக்கலாம். அடிப்பட்ட இந்த மனுஷன் மேல யாருக் கை வெக்கக்கூடாது!’

சர்கார் நினைவிழப்பதற்கு முன்பு கேட்ட கடைசி வார்த்தைகள் இவை. அன்று அங்கு விரைந்து வந்து காயமடைந்த ஒருவரை போலீஸார் கொல்வதைத் தடுத்தி நிறுத்தியவர் காவல்துறை துணை கண்காணிப்பாளர் என்று சர்காருக்குப் பின்னர் தெரிந்தது. இதே சூப்பிரண்டெண்டன்ட், அவரது சக காவலாளிகள் அகதிகளை சுட்டுக்கொண்டிருக்க காயமடைந்த சர்காரையும் மற்றவர்களையும் தனது படகில் ஏற்றிக்கொண்டு பசிர்ஹாத் மருத்துவமனையில் சேர்த்தார். பசிர்ஹாத் மருத்துவமனையில் சர்காரின் குண்டடிபட்ட காயத்தை பரிசோதித்த மருத்துவர்கள் நம்பிக்கையின்றி, அவரை கல்கத்தாவின் வேறு சிறந்த மருத்துவமனைக்குக் கொண்டு செல்லுமாறு கூறினர்.

ஒரு ஆம்புலன்ஸ் சர்காரை ஆர்.ஜி.கர் மருத்துவமனைக்கு விரைந்து கொண்டுசென்றது. சிறப்பு மருத்துவர் ஒருவர் அவரை பரிசோதித்துவிட்டு இனி காலை காப்பாற்றமுடியாது என்று கூறிவிட்டார். அடிபட்ட காலை முழங்காலுக்குக் கீழே வெட்டியெடுக்க வேண்டும்.

சர்கார் காலை நீக்கிய பின்புதான் சுயநினைவு பெற்றார். அவர் அங்கே நாற்பத்தி மூன்று நாட்கள் வலிக்கும் தூக்கத்திற்கும் இடையிலும், விரக்திக்கும் மரிச்ஜாப்பி குறித்த

ஏக்கத்திற்கும் இடையிலும் கழித்தார். சிபிஎம் காரர்கள் அன்று மரிச்ஜாப்பிக்குச் சென்று தீவிலிருந்தவர்களைச் சுட்டு, கொன்று, பாலியல் பலாத்காரம் செய்து, அவர்களின் உடமைகளைக் கொள்ளையடித்ததை பின்னர் அறிந்தார். அன்றைய நாள் முழுவதும் அங்கு கலவரம் தொடர்ந்தது.

காவல்துறையினர் குழந்தைகளைக் கூட விட்டுவைக்கவில்லை என்பதையும் பின்னர் கேள்விப்பட்டார். ஐந்திலிருந்து பன்னிரண்டு வயதுக்குட்பட்ட பதினைந்து பள்ளி மாணவர்கள் மீது துப்பாக்கியிலிருந்து ஈட்டிகள் சொருகப்பட்டிருந்தன. ஓலைக் குடிசையில் இருந்த பள்ளிக்கூடத்தில் இருந்தவர்களைக் கொன்றனர். அவர்களின் மண்டை ஓடுகள் நசுக்கப்பட்டிருந்தன. அடுத்த நாள் கொண்டாடப்படவிருந்த சரஸ்வதி பூஜைக்கான ஏற்பாடுகளைச் செய்வதற்காக குழந்தைகள் அங்கு கூடியிருந்தனர். அவர்கள் அங்கு செல்வதற்கு முன்பே போலீசார் சரஸ்வதியின் சிலையை உடைத்திருந்தனர்.

புள்ளிவிவரங்கள் மாறுபட்டாலும், தனது காலை இழந்த நாளான 31 ஜனவரி 1979 அன்று குறைந்தது 1,700 பேராவது கொல்லப்பட்டார்கள் என்று சர்காருக்குப் பின்னர் கூறப்பட்டது.

இன்று காலையிழந்து வாழும் சர்கார், அந்த நாற்பத்திமூன்று நாட்களும் அவர் மனதுக்கு நெருக்கமான மரிச்ஜாப்பியிலிருந்து தொலைதூர மருத்துவமனையில் கிடந்தபோது அவர் மனதுக்குள் என்ன இருந்தது?

'பதினெட்டு வயசுல ஒரு காலை இழந்து வாழ வேண்டியிருந்தது சாதாரண விஷயம் இல்ல. ஆனா நான் மத்தவங்களோட பரிதாபத்தில வாழ மாட்டேன்னு முடிவு செஞ்சேன். குறிப்பா சுய பச்சாதாபத்துல விழுந்துடக்கூடாதுனு நெனச்சேன்,' என்கிறார் சர்கார்.

அம்மக்களில் சிலர் அந்த நாளுக்குப் பிறகு மரிச்ஜாப்பிக்குத் திரும்பவில்லை. போலீசாரிடம் இருந்து தப்பிக்க அவர்கள் சுந்தரவனத்தில் உள்ள மற்ற தீவுகளில் தஞ்சம் அடைந்திருந்தனர். அவர்கள் அவரை தூரத்து உறவினர்களாக காட்டிக்கொண்டு மருத்துவமனையில் வந்து சந்தித்தார்கள். அவர்களிடமிருந்து அவரும் இன்னும் சிலரும் எவ்வளவு அதிர்ஷ்டசாலிகளாக இருந்திருக்கிறார்கள் என்று சர்கார் அறிந்து கொண்டார்.

அன்று காயமடைந்தவர்கள் பெரும்பாலானவர்களை காவல்துறையினர் கொண்டுசென்று கொடூரமாகக் கொன்றனர். நதியில் இறந்தவர்களை வலைபோட்டிழுத்து அவர்கள் உடல்களையும் கரையில் இறந்தவர்களின் உடல்களையும் தேடி எடுத்துக்கொண்டு சென்றனர். விசாரணை என்று ஒன்று வரக்கூடுமானால் கொலைகளுக்கான ஆதாரங்களைவிட்டுவைக்ககூடாது என்று ஒன்றுவிடாமல் அரசு அகற்றியது.

சர்கார் மருத்துவமனையில் இருந்து விடுவிக்கப்பட்ட பிறகு டம் டம் மத்திய சிறைக்குக் கொண்டு செல்லப்பட்டு அங்கு கைது செய்யப்பட்ட சுமார் 300-400 மற்ற தீவுவாசிகளுடன் தண்டனை அனுபவித்தார்.

அவர் சிறையிலிருந்து வெளியே வந்தபோது தீவு அகதிகளை முற்றிலுமாக வெளியேற்றியிருந்தது.

இனி அவர் ஒருபோதும் மரிச்ஜாப்பிக்குத் திரும்ப மாட்டார்.

'பதேர் சேஷுக்கு எப்படி வந்தீங்க?' என்று சர்காரிடம் கேட்கிறேன்.

'சிறையில் இருந்தப்போ என்னால முடிஞ்ச வரைக்கும் இடம்பெயர்ந்த குடும்பங்களை ஒன்றிணைக்க இன்னொரு மரிச்ஜாப்பியை உருவாக்கனும்னு உறுதி எடுத்துக்கிட்டேன். உயிர்வாழ கிடைச்ச வேலைய செஞ்சுகிட்டு ரெண்டு மூனு மாசத்துக்கு மேல என்னால எங்கயும் தங்க முடியல. 1982இல் இங்க ஒரு பெரிய நிலத்தை வாங்கின மனாவோட அப்பா ரங்கலால் கோல்தர் மூலமா பதேர் சேஷைப் பத்தி தெரிஞ்சுகிட்டேன். மரிச்ஜாப்பியில் வீடிழந்தவங்க குடியேற இங்க ஒரு ஊர உருவாக்க உதவி செஞ்சேன்.'

குழந்தைகளுக்குக் கல்வி வழங்கவும் கிராமப் பெண்களுக்கு நல் ஆரோக்கியத்தை வழங்கவும், பதேர் சேஷில் மட்டுமில்லாமல் அண்டை கிராமங்களான கோர்டாஹோ, லக்கினாராயன்பூர் போன்ற கிராமங்களில் வசிப்பவர்களுக்கு சிறப்பான வாழ்வாதாரத்தை வழங்கவும் பதேர் சேஷ் சோபுஜ் ப்ரிதிபி உன்னாயன் சமிதி (பதேர் சேஷ் கிரீன் எர்த் டெவலப்மென்ட் சொசைட்டி) என்ற ஒரு என்.ஜி.ஓவைத் தொடங்கி பல வருடங்களாக தனது உழைப்பை அதற்கு வழங்கி வருகிறார்.

ஒரு நிறைவான வாழ்க்கை. அரசு விருதுகள். மக்களிடையே அங்கீகாரம். எல்லாம் இருந்தும் வாழ்நாள் முழுவதும் சர்கார் வருந்துவது: 'மரிச்ஜாப்பியை எங்களால காப்பாத்த முடியலையே.'

- பிப்ரவரி 2018, பதேர் சேஷ்

8
கந்தி கங்குலி

எனக்கு முன்னால் ஒரு பெரிய வெள்ளை மேஜை இருக்கிறது. அதற்கு அடுத்து ஒரு செயற்கை மூங்கில் செடி. மேசைக்கு பின்னால் ஒரு வெள்ளை சுவர். மேஜைக்கும் சுவருக்கும் இடையில் இருக்கும் ஒரு நாற்காலியில் பளிச்சென்ற வெள்ளை நிற வேட்டி-குர்தாவுடன் அசுவாரசியமற்ற முகம் கொண்ட ஒரு பெரிய மனிதர் அமர்ந்திருக்கிறார். இறந்த மனைவியின் புகைப்படம் பின்னால் சுவற்றின் மேலே இருந்து அவரைப் பார்த்தபடி இருக்கிறது. படுக்கையுடன் கூடிய முன்புற அறையின் கதவு திறந்திருக்கிறது.

இந்த அறையை ஒரு ஹோட்டலில் இருக்கும் திரைமறைவு வேலைகள் நடப்பதற்கான அறை என்று சொன்னால் நம்பலாம். ஆனால் சிறப்புத் தேவைகளைக் கொண்ட குழந்தைகளுக்காக மேற்கு வங்க அரசால் ஒதுக்கப்பட்டிருக்கும் தெற்கு கொல்கத்தாவின் முகுந்தபூரில் உள்ள ஒரு கட்டடத்தின் தரை தளத்தில் இந்த அறை இருக்கிறது. எனக்கு முன்னால் இருப்பவர் பெயர் கந்தி கங்குலி. இக்கட்டடத்தில் ஏன் அவருக்கு அலுவலகம் இருக்கிறது என்று நான் அவரிடம் கேட்கவில்லை. அதற்கு பதிலாக, நான் அவரிடம் மரிச்ஜாப்பி பற்றி பேசுகிறேன். மரிச்ஜாப்பி படுகொலை செய்யப்பட்டபோது ஜோதி பாசு அரசாங்கத்தில் கங்குலி சுந்தரவனத்தின் சிறப்பு அமைச்சராக இருந்தார்.

எழுபத்தைந்து வயதான கங்குலிதான் மரிச்ஜாப்பி குறித்து என்னிடம் பேச ஒப்புக்கொண்ட ஒரேயொரு சிபிஎம் தலைவர் அல்லது ஒரு போலிஸ் அதிகாரி. ஆயிரக்கணக்கானவர்களைக் கொன்றதாகக் கூறப்படும் ஆபரேஷன் மரிச்ஜாப்பியை முன்னெடுத்த காவல்துறை கண்காணிப்பாளர் அமியா குமார் சமந்தா, என்னைப் பார்க்க மறுத்ததுடன், 'உங்கள

மாதிரியானவங்க என்ன பத்தியும், அந்த சம்பவத்த பத்தியும் என்ன எழுதுவீங்கனு எனக்குத் தெரியும். ஒருபக்கச் சார்பா அப்பட்டமா திரிச்சு எழுதப்படற நிறைய செய்திகள நான் படிச்சிட்டேன்.' நான் அவரிடம் 1979 ஜனவரி முதல் மே மாதம் வரை மரிச்ஜாப்பியில் நடந்தவைகள் குறித்து அவர் பக்கக் கருத்துதான் வேண்டும் என்று மீண்டும் மீண்டும் உறுதியளித்த போதிலும் இதுவே அவரது பதிலாக இருந்தது.

'படுகொலை' பற்றி கேட்டதில் சமந்தா ஒரேயொரு தகவலை கூறுவதுபோல் கூறினார் - குமீர்மரியில் 31 ஜனவரி 1979 அன்று போலிஸ் முகாம் அகதிகளால் தாக்கப்பட்ட பிறகு போலிசார் நடத்திய துப்பாக்கிச் சூட்டில் ஒரேயொரு ஆதிவாசிப் பெண் மட்டுமே கொல்லப்பட்டார். 'ஒரே ஒரு பொண்ணுதான் இறந்தது, தெரிஞ்சுக்கோங்க. இந்த உண்மைய எழுதுவீங்களா?'

'உங்க புத்தகத்தின் தலைப்ப ஏன் மரிச்ஜாப்பினு வெச்சிருக்கீங்க?' கங்குலியின் கண்கள் இப்போது அகலத் திறந்து என்னைத் துளையிடுகின்றன.

இதனுடனான எனது நீண்ட தொடர்பு, குழந்தை பருவத்தில் நான் கேட்ட கதைகள் மற்றும் மனாவுடனான எனது நட்பு பற்றி நான் அவரிடம் சொல்கிறேன்.

'சரி, அப்ப கேக்கறேன், உண்மைய ஜீரணிக்க உங்களுக்கு தைரியம் இருக்கா?'

நான் ஆம் என்று புன்னகைக்கிறேன்.

'நீங்க அப்ப முதல்ல கேட்க வேண்டிய கேள்வி, மரிச்ஜாப்பி தீவுக்கு வந்த அந்த மக்கள் - அவங்க ஏன் வந்தாங்க? ரெண்டாவது கேள்வி: அவங்க எல்லாரும், ஏன் அதுல 80 சதவீதம் பேர் வரைக்கும் கூட இருக்கலாம், தண்டகாரண்யா முகாம்ல தங்கியிருந்த வீடில்லாத அகதிங்களா இல்ல பக்கத்துல இருந்த ஹஸ்னாபாத், ஹௌரா மாதிரி பகுதிகள்லருந்து வந்த உள்ளூர்வாசிகளா?'

'நீங்கதான் அப்ப சுந்தரவன அமைச்சரா இருந்தீங்க. நீங்களே ஏன் இதுக்கு பதில் சொல்லக்கூடாது?'

'அண்டை கிராமங்கள்ல இருந்த பலபேர் "அகதிகள்"ங்கற அடையாளத்துல மரிச்ஜாப்பியில குடியேறினாங்க. அவங்க அகதிங்க இல்ல, சட்டவிரோதமா நிலத்த ஆக்கிரமிக்க விரும்பினவங்க. நானும் ஒரு அகதிதான்: ஒரு "உத்பஸ்து". பங்களாதேஷா இன்னிக்கு இருக்குற நாட்டுலேருந்து இந்தியா வந்தப்போ நாங்க கல்கத்தாவுலையும் அதசுத்தி இருந்த பகுதிலையும் குடியேறினோம். முக்கியமா ஒரிசா, மத்திய பிரதேசம், அப்புறம் இப்ப சத்தீஸ்கரா இருக்குற மாநிலங்கள்ல இருந்த எங்கள மாதிரி அகதிங்களுக்கு மறுவாழ்வு கொடுக்க இந்திய அரசு முடிவு செஞ்சது.

'ஆரம்பத்துல அந்தமானில் மீள்குடியேற்றத்துக்கு சில எதிர்ப்பு இருந்தது. 2004 சுனாமிக்குப் பிறகு நான் அங்க போனேன். அங்க போனவங்கள்ல இப்போ பல பேர் அந்த தீவுல பெரிய பணக்காரங்களா ஆனாங்கனு உங்களுக்குத் தெரியுமா?'

கங்குலியிடம் நான் ராய்ப்பூரில் உள்ள மனா முகாமுக்குச் சென்றதைக் கூறுகிறேன். உத்பஸ்து உன்னாயன்ஷில் சமிதியின் தலைவர் சதீஷ் மண்டலின் மகனுக்கு எப்படி அங்கு வியாபாரம் செழிப்பாக இருக்கிறது என்று எனக்குத் தெரியும்.

கங்குலி சிரிக்கிறார். 'என்ன நடந்ததுன்னா ஒரிசாவுக்கு அனுப்பப்பட்ட அந்த அகதிங்களோட வாழ்க்கை ஏறத்தாழ நல்லாதான் இருந்தது. வங்கதேசம் மாதிரி வளமான நிலங்களும் நிறைய நீர்நிலைகளும் இருக்குற இடத்துல மீன்பிடிக்கறதும் விவசாயமும் ரெண்டு முக்கியமான தொழிலா இருக்குறவங்களுக்கு ஒரிசாவோட நிலப்பரப்பும், முக்கியமா அது வங்காள விரிகுடா பக்கத்துல இருக்குறதால அங்க மீன்பிடியும் விவசாய சாகுபடியும் சாதகமா இருந்தது.

‘ஆனா மத்த பகுதிகள்ல குறிப்பா மத்திய பிரதேசத்துலையும் சத்தீஸ்கர்லையும் இருக்குற பெரிய தரிசு நிலங்கள்ல அகதிங்க தங்கள் வாழ்க்கைய மீண்டும் கட்டியெழுப்ப தேவையான உள்கட்டமைப்பும் அடிப்படை உதவிகளும் போதுமானதா இல்ல.

‘அதுக்கும் மேல, இந்த இரண்டு பிரிவினைகளைப் பொறுத்தவரை - ஒன்னு பஞ்சாபிலும் இன்னொன்னு வங்காளத்திலும் - மத்திய அரசு ஒரு பாகுபாடான அணுகுமுறையை காட்டியது. பஞ்சாப் அகதிங்களோட மீள்குடியேற்றத்துல அவங்க காட்டின முனைப்ப வங்க அகதிங்களுக்கு அவங்க காட்டல.

‘அகதிகள் மறுவாழ்வு திட்டமிடப்பட்ட ஒரு முறையில மேற்கொள்ளப்பட்டிருக்கனும். ஆனா அது அந்த மாதிரி நடக்கல. நியாயமா சொல்லனும்னா இப்படித்தான் பெரும்பாலான விஷயங்கள் இருக்கு. அந்தமான்லகூட முதல்ல இப்படித்தான் நடந்தது. அகதிகள அங்க அனுப்ப நேரு எடுத்த முடிவு சரிங்கறத பிற்பாடு நாங்க உணர்ந்தோம்.

‘மரிச்ஜாப்பிக்கு வருவோம், கங்குலி பாபு,’ நான் இடைமறித்தேன்.

கங்குலி தான் எடுத்துக்கொண்டிருந்த வரலாற்று பாடம் இடைப்படுவதைக் கண்டு முகம் சுளிக்கிறார். ஆனால் ஒப்புக்கொண்டு, ‘சரி, உங்களுக்கு என்ன தெரியணும்?’

‘மரிச்ஜாப்பியில் என்ன நடந்தது? உங்க அரசாங்கம் ஆயிரக்கணக்கானவங்களைக் கொன்றதா குற்றச்சாட்டிருக்கே.’

‘குப்பை. இறப்பு எண்ணிக்கைய எட்டு, பத்துனு வெச்சாக்கூட அது ரொம்ப அதிகம்.

‘நீங்க சொல்றது போலிஸ் துப்பாக்கிச் சூடு பத்தியா?

‘இல்ல, நான் அகதிங்க, காவல்துறை ரெண்டுத்த பத்தியும் பேசுகிறேன். ரெண்டு பக்கமும் உயிர் சேதம் ஏற்பட்டது. ஏதோ அத ரத்த ஆறு ஓடின மாதிரி கதவுடறது எல்லாம் சுத்த பொய். என்னோட பக்கத்துல இருக்குற கிராமங்களுக்கு வந்து அங்க இருக்குற மக்கள் கிட்ட கேளுங்க. அவங்க உங்களுக்கு உண்மைய சொல்வாங்க. எந்த அரசியல் சாயமும் பாரபட்சமும் இல்லாத மனிதர்கள்.’

நான் மீண்டும் துருவிக் கேட்கிறேன். 'மரிச்ஜாப்பியில பத்து பேர்தான் இறந்தார்களா?'

'பத்து கூட இல்லை; இன்னும் குறைவுதான்.'

கங்குலியிடம் நான் எப்படி தப்பிப்பிழைத்தவர்களிடம் ஒருமுறை அல்ல, பல முறை பல வருடங்களாகப் பேசியிருக்கிறேன் என்று சொல்கிறேன். மரிச்ஜாப்பி பற்றி செய்தி வெளியிட்ட பத்திரிகையாளர்களிடம் பேசியிருக்கிறேன். அருகில் உள்ள கிராமங்களுக்கும் சென்றிருக்கிறேன். மேற்குவங்க அரசாங்கத்தின் ஆணையின் பேரிலேயே அந்த தீவில் ஆயிரக்கணக்கானோர் கொல்லப்பட்டதாக அவர்கள் அனைவரும் கூறியிருந்தனர்; கங்குலி அமைச்சராக இருந்த அதே அரசாங்கம்.

கங்குலி, 'ஹல்தர், அது நடந்தப்போ நீங்க அங்க இருந்தீங்களா? அவங்க ஏன் மரிச்ஜாப்பியை தேர்ந்தெடுத்து தாக்கனும்? அந்த தீவு சுந்தரவனத்தின் பாதுகாக்கப்பட்ட பகுதியில இருக்கு. அது மாதிரி, கடற்தீவுகள் பல பகுதிகள்ல பிரிட்டிஷ் ஆரம்பிச்சுவெச்ச மனித குடியேற்றம் ஒரு தவறான நடவடிக்கை. அந்த இடத்தோட நுட்பமான சுற்றுச்சூழல் அமைப்பையே அது ஆபத்துல கொண்டு விட்டுடும்.

'சுந்தரவனத்திலிருக்குற எல்லா தீவுகளும் பக்குவப்படாதவை. இப்படி நான் ஏன் சொல்றேனு தெரியுமா? இந்த உலகத்துல வேற எங்கயும் மனித குடியிருப்புக்காக தீவுல செயற்கை மண் தடுப்புகள உருவாக்கல. பிரிட்டிஷ் இந்த இடத்துலதான் சந்தால் பழங்குடியினரின் மறுவாழ்வுக்காக செயற்கை அணைகள பத்து பதினெட்டு அடி உயரம் வரைக்கும் எழும்பும் நீரலையிலேருந்து பாதுகாப்பு கொடுக்கக் கட்டினாங்க.

'ஆனா சுதந்திரத்துக்கு பிறகு, பிரிட்டிஷ் ஆட்சி முடிஞ்சதும், சுந்தரவனத்துல இதுக்கு மேலும் மனிதக் குடியிருப்புகள் அனுமதிக்கப்படுவதில்லைனு சட்டப்பூர்வமா முடிவு செய்யப்பட்டது.

'அதனாலதான், மரிச்ஜாப்பில சதுப்புநில வளங்களை மனித ஆக்கிரமிப்பு அழிச்சுடுங்கறது சட்டவிரோதமானது மட்டுமில்ல. இங்க மனித குடியிருப்ப அனுமதிச்சா சுந்தரவனத்தில இருக்குற மத்த தீவுகளும் சட்டவிரோதமா ஆக்கிரமிக்கப்படுங்கறத நாம

கருத்தில வெச்சுக்கனும். ஒரு கட்டத்துல நிலம கட்டுப்பாட்டை மீறி போயிடும்.'

தீவுவாசிகளுக்கு நடந்ததை இது நியாயப்படுத்துகிறதா?

'இல்ல, ஹல்தர். நிச்சயமா இது நியாயப்படுத்தல. ஆனா அவங்கள அந்த தீவில தங்க அனுமதிக்க முடியாதுங்கறத புரியவைக்க நாங்க எங்களால முடிஞ்சவர முயற்சி பண்ணோம். எல்லாரும் நெனைக்கற மாதிரி அவங்க ஒன்னும் நிராயுதபாணிகள் இல்ல. அவங்களும் சொந்தமா ஆயுதப்படைகள் உருவாக்கினாங்க.

'நிலத்தின் மீதான மனிதனோட காதல் முதன்மையானது. கிழக்கு பாகிஸ்தானுல வாழ்ந்தவங்களுக்கு பசுமையான வயல்வெளிகளும் மீன்கள் நிரம்பிய குளங்களும் பழக்கப்பட்டவை. சுந்தரவனத்தின் நிலப்பரப்பு அவங்க பழக்கப்பட்ட சொந்த நிலம் போல இருந்தது. அதனாலதான் அவங்க அங்க குடியேறறதுல உறுதியா இருந்தாங்க.

'மெதுவா சில அகதிங்க ஆக்கிரமிப்பு இல்லாத சுத்திவரனத்துல இருக்குற மத்த தீவு மேலயும் கண்ணு வெச்சாங்க. அங்கபோயி குடியேற நெனச்சாங்க. உறுதியா செயல்படறத தவிர அரசுக்கு வேறு வழியில்ல. பாதுகாக்கப்பட்ட உயிர்க்கோளமான சுந்தரவனத்தை எப்பாடுபட்டாவது காப்பாத்தனும்னு முடிவு செஞ்சோம். நம்ம காலத்துக்கு மட்டுமில்ல எதிர்கால சந்ததியினர் பாதுகாப்பா இருக்குறதுக்கும் அது முக்கியம்.

'இடது முன்னணி கட்சிக்குள்ள இத பத்தின மோதல் ஏற்பட்டது. அகதிங்களோட அனுதாபியா அன்னிக்கு அமைச்சராக இருந்த ராம் சாட்டர்ஜி அவங்கள வெளியேத்தறதுக்கு எதிரா இருந்தார். இந்த விவகாரத்த பத்தி சட்டமன்றத்திலும் விவாதிச்சாங்க. அனைத்து அரசியல் கட்சிகளும் தங்களுக்குள்ள இருக்குற வேறுபாடுகள பொருட்படுத்தாம இனியும் இத தொடர அனுமதிக்கக்கூடாதுனு ஒண்ணா முடிவெடுத்தாங்க.

'அதனாலதான் எங்களோட கோரிக்கைகள அகதிங்க புறக்கணிச்சப்போ மரிச்ஜாப்பியில இருந்து அவங்கள வலுக்கட்டாயமா வெளியேத்துறத தவிர வேறு வழியில்லாம போச்சு. அவங்க போலீசையே தாக்கினாங்கன்னா துப்பாக்கில குண்டு சுடத்தான் செய்யும்.'

இங்கே நான் கங்குலியை இடைமறிக்கிறேன். 'ஒன்னு சொல்லுங்க, மிஸ்டர் கங்குலி. கிழக்கு பாகிஸ்தான கடந்து வந்து தண்டகாரண்யத்திலருந்த முகாம்களுக்கு அனுப்பப்பட்ட இந்த மக்களுக்கு மரிச்ஜாப்பி எப்படி தெரிஞ்சது? உங்க கட்சியைச் சேர்ந்த தலைவர்கள் சிலர்தான்...'

கங்குலி இப்போது என்னை முடிக்கவிடாமல் இடைமறிக்கிறார். 'இத புரிஞ்சுக்கறது ஒன்னும் கஷ்டமான விஷயம் இல்ல. சுந்தரவன தீவுக்கடல்ல மூனுல ரெண்டு பங்கு பங்களாதேஷ்ல இருக்குனு உங்களுக்கே தெரியும். ஒரு வகை இலை, கோல்பதானு பேரு, ஒபர் பங்க்ளா மக்கள் தங்கள் வீடுகளுக்கு கூரைகள வேய பயன்படுத்தியிருக்காங்க. நாங்க வங்கதேசத்தில வாழ்ந்தப்போகூட எங்க வீட்டுக் கூரைகளுக்காக இந்தப் பக்கத்தக் கடந்து வந்து அந்த இலைகள எடுத்துட்டுப் போயிருக்கோம். அந்த மக்களுக்கு இந்த நிலப்பகுதிய பத்தி நல்லாவே தெரியும்.

'ஹிங்கல்கஞ்ச் மற்றும் இச்சாமதி ஆத்தங்கரைக்கு அருகாமைல இருக்குறதால மரிச்ஜாப்பிய கண்டுபிடிக்கறது அவ்ளோ கஷ்டமில்லை. அவங்களோட பழைய வீட்டுலருந்து இது எவ்வளவு தூரம் இருந்துடப் போகுது?'

'ஆனா ராம் சாட்டர்ஜி மாதிரி சில இடதுசாரி தலைவர்கள் தண்டக் முகாம்களுக்குப் போயி அங்க இருக்குற அகதிங்கள மேற்கு வங்கத்துக்கு திரும்பி வரச் சொன்னது உண்மையா? அதாவது இடது கட்சிகள் எதிர்க்கட்சியாக இருந்தபோது நடந்தது இது.'

'சில பிரச்சனைகள் இதுல இருக்கு. ஆமாம். சாட்டர்ஜி அவங்கள ஆதரிச்சார். ஆனா முதல்ல இந்த அகதிகளை திரும்ப இங்கு வர தூண்டியதுக்கும் அவங்களுக்கு உதவி பண்ணதுக்கும் காரணம் யாருங்கற கேள்விக்கு யாரு பதில் சொல்றது? இரண்டாவதா, அகதிகள் மறுவாழ்வுல மத்திய அரசு தேவையானத செய்யலங்கறதையும் நாம நினைவு வெச்சுக்கனும். மூனாவதா மிக முக்கியமான ஒன்னு. நீங்களே சொல்லுங்க. மரிச்ஜாப்பியில மனிதக் குடியேற்றத்த நாங்க அனுமதிச்சிருந்தா பாதுகாக்கப்பட்ட சுந்தரவன உயிர்க்கோள தீவுகள்ல ஒன்னாவது இன்னிக்கு உயிர் பிழைச்சிருக்குமா?'

இது எனது மூன்றாவது கேள்விக்கான நேரம். 'நான் மரிச்ஜாப்பி பத்தி படிச்சிருக்கேன். இந்த அகதிகள்ல பெரும்பாலானவங்க தாழ்ந்த சாதி நாமசூத்திரர்கள்ங்கறதாலதான் அவங்க மீது இரக்கம் காட்டப்படலைனு ஆக்ஸ்போர்டு பல்கலைக்கழக ஆய்வுக் கட்டுரை ஒன்னுல எழுதியிருக்காங்க. இது இடதுசாரிகளுக்கும் அவங்களோட மார்க்சிய தத்துவத்துக்கும் எதிரானது இல்லையா?'

'இல்ல, இல்ல, இல்ல, இல்ல!' கங்குலி தலையாட்டி கடுமையாக மறுக்கிறார். 'அந்த தீவுலருந்து மக்கள வெளியேற்றனுங்கற முடிவுக்கு அவங்க நாமசூத்திரர்கள்ங்கறது நிச்சயமா ஒரு காரணம் இல்ல. நாமசூத்திரர்கள் உயர் சாதியினர் மேல, குறிப்பா பார்ப்பனியம் மேல நிறைய கோபத்தையும் வெறுப்பையும் வெச்சிருந்தாங்க. ஆனா நம்ம அரசாங்கத்துக்கு கீழ் சாதி அகதிகளுக்கு எதிரா எந்த பாகுபாடும் இல்ல.

'ஜோதி பாபு அப்படிப்பட்ட நபர் இல்ல. இடது முன்னணி அரசும் சாதிய பாகுபாடு கொண்ட அரசு இல்ல.

'நீங்க இடதுசாரிகளான எங்கள என்ன வேணாலும் சொல்லி அழைங்க, ஆனா வகுப்புவாதினோ சாதியவாதினோ அழைக்க முடியாது.

'அந்த நாமசூத்திரர்கள் பிராமணர்கள் மேல ஆழமா வேரூன்றியிருந்த கோபத்த வெச்சிருந்தாங்க. நான் ஒரு பிராமணன். இத நானே பார்த்திருக்கேன். ஆனா மரிச்ஜாப்பியில அவங்களுக்கு குடியேற்றத்தை மறுத்ததுக்கு எங்க மனசுல சாதி ரீதியான காரணம் இல்லை.

'அந்தத் தீவில் குடியேறுவத இடது முன்னணி அரசு அநியாயமா மறுக்கிறதா அவங்க நினைச்சாங்க. ஆனா சுற்றுச்சூழலை நீங்க எப்படி புறக்கணிக்க முடியும்? நீங்க இயற்கையோட சமரசம் செஞ்சுக்க முடியுமா? நீங்க இயற்கையோட எதிரியாக ஆனதுக்கப்புறம் மனித இனம் பிழைக்கும்னு நம்புகிறீங்களா?

'அது போக, இது நடைமுறையில மூடப்படாத எல்லைப் பகுதி. ஒரு காலத்துல கடற்கொள்ளையர்கள் அங்க எங்க வாழ்க்கைய நரகமா ஆக்கினாங்க.'

'கந்தி பாபு,' நான் மீண்டும் குறுக்கிடுகிறேன். 'இடதுசாரிகள் எதிர்க்கட்சியா இருந்தப்போ இந்த அகதிகளை வங்கத்துக்கு

வாங்கனு அழைப்பு கொடுத்திட்டு ஆட்சிக்கு வந்தவுடன் அதன் வாக்குறுதியை காத்துல விட்டத நீங்கள் ஒப்புக்குறீங்களா?'

இந்த முறை கங்குலி என் கேள்வியைத் தவிர்க்கவில்லை.

'பலபேர் இடது முன்னணியை விமர்சிச்சிருக்காங்க. அது நடந்துகிட்ட விதம் தவறுன்னு நானே உணர்ந்திருக்கேன். அந்த காலகட்டம் நாங்க பெருமபட்டுக்கற மாதிரியா இல்ல. நாங்க இடதுசாரிங்க சரியானத செய்யல. அவங்க எல்லாருக்கும் மேற்கு வங்கத்துல புனர்வாழ்வளிக்கப்படும்னு நாங்க உறுதியளிச்சது தவறு. மாநிலத்தில இருந்த பலவீனமான பொருளாதாரம் இவ்வளவு பெரிய சுமைய தாங்க முடியுமா? இது என்னோட தனிப்பட்ட கருத்துதான் - எதிர்க்கட்சியா இருந்தப்போ இடதுசாரிகள் மலிவான அரசியல் செஞ்சு அவங்களுக்கு வானளவுல வாக்குறுதி கொடுத்தோம்.

'ஒரு காலத்துல இடதுசாரிகள் கணினி கல்வியை எதிர்த்தாங்க. தொழில்நுட்பத்தை எதிர்க்கறதுல அர்த்தமிருக்கா? ஜோதி பாசுவே கூட கணினி கல்வியை நிறுத்தக்கோரி ஒரு தர்ணாவுல பங்கேற்றார். எனக்கு அதுல உடன்பாடில்ல. அதேபோல அகதிகளுக்கு வங்காளத்துல குடியமர்த்துவதா கொடுத்த வாக்குறுதி முற்றிலும் தவறான முடிவுனு நான் நெனைக்கறேன்.

கங்குலி தனது கைக்கடிகாரத்தைப் பார்க்கிறார். பொதுவாக உரையாடல் முடிவடைந்ததற்கான அறிகுறி இது.

நான் இன்னொரு கேள்வியை முன்வைக்கிறேன். 'தொண்டர்களை மையமாக் கொண்ட கட்சில நீங்க ஆட்சிக்கு வந்ததும் நிறைய விஷயங்கள் உங்க கட்டுப்பாட்டுல இருந்தது. அப்ப உயிர்ச்சேதத்த கட்டுப்படுத்தியிருக்க முடியாதா? இந்த படுகொலையில சுமார் 1,700 பேர்கள் உயிர் இழந்ததா சொல்றாங்க. சிலர் 4,000னு கூட சொல்றாங்க. இன்னும் சிலர் 10,000 க்கும் மேல இறந்ததா சொல்றாங்க. இந்த உயிர் இழப்புகளை தவிர்த்திருக்க முடியாதா? '

'திரும்பவும் சொல்றேன், இந்த புள்ளிவிவரங்கள் எல்லாம் கற்பனை. உண்மையில என்ன நடந்தது தெரியுமா? நாங்க எல்லா பக்கத்திலிருந்தும் தீவைச் சுத்தி வந்தோம். கொஞ்ச நேரத்துல ஒரு பக்கத்தைத் திறந்து விட்டோம். அங்கிருந்து தண்டகாரண்யத்துக்குச் செல்ல விரும்பறவங்க

வெளியேறலாம்னு சொன்னோம். கிட்டத்தட்ட பதினைந்து நாட்களுக்குள்ள 50 முதல் 60 சதவிகித மக்கள் தீவை விட்டு வெளியேறிட்டாங்க. மற்ற தீவுகளைச் சேர்ந்த உள்ளூர்வாசிகள் அகதிகள் மாதிரி நடிச்சு தப்பி ஓடிட்டாங்க.

'நான் அந்த இடத்தில அப்ப இல்ல. அதனால இன்னும் எவ்வளவு சகிப்புத்தன்மையோட இருந்திருக்க முடியும்னோ உயிர்ச்சேதத்த இன்னும் எவ்வளவு குறைச்சிருக்க முடியும்னோ என்னால சொல்ல முடியாது. ஆனா ஜோதி பாபு தன்னால முடிஞ்சவர இந்த மக்களோட பேச முயற்சி பண்ணாருன்னு மட்டும் என்னால உறுதியாக் கூற முடியும்.

'பாசு அவங்ககிட்ட மாநில பட்ஜெட்டிலருந்து அவங்க வேறு இடங்கள்ல வசதியா மீள்குடியேற நிதி ஒதுக்கப்படும்னுகூட சொன்னாரு. ஆனால் அவங்க கேக்கல.

'வங்காளத்துல அவங்களுக்கு மறுவாழ்வு அளிக்காததுக்கு ஜோதி பாபுவ எப்படி குற்றம் சாட்ட முடியும்? பிதன் ராயால கூட அத செய்ய முடியலையே. பெங்கால் ஒரு பெரிய மாநிலம் இல்ல. அது எப்படி இவ்வளவு பெரிய ஜனத்திரளுக்கு இடம் கொடுத்திருக்க முடியும்?

'பங்களாதேஷுக்கு போன முஸ்லிம்களின் எண்ணிக்கையை விட பெங்காலுக்கு வந்த இந்துக்களின் எண்ணிக்கை, குறிப்பா கீழ் ஜாதி நாமசூத்திரர்கள் மற்றும் சாதி இந்துக்களின் எண்ணிக்கை அதிகமாக இருந்தது. மாநிலம் ஏற்கனவே இருந்த மக்கள் தொகையால வெடிச்சு சிதறுர நிலைல இருந்தது.

'திரும்பத் திரும்ப மறுவாழ்வு கொடுக்க பெங்கால்ல ஏதாவது இடம் இருந்ததா? அகதிகளை இங்க நிராகரிச்சதுக்காக முன்னாள் மாநில அரசைக் குற்றம் சாட்டறதுக்கு முன்னாடி இந்தக் கேள்விக்கு பதில் சொல்லுங்க.'

நான் கிளம்புவதற்காக எழுந்தேன். 'அப்படின்னா அந்தத் தீவில் பத்து பேர்தான் கொல்லப்பட்டாங்களா?' நான் கங்குலியிடம் கடைசியாக மீண்டும் ஒருமுறை கேட்கிறேன்.

'அதவிட குறைவு!' என்று சொல்லிவிட்டு தன் முன்னால் கிடந்த ஒரு பத்திரிகையை எடுத்துக்கொண்டு நேர்காணலை முடித்துக்கொண்டார்.

- டிசம்பர் 2017, முகுந்தபூர், கொல்கத்தா

9

மனோரஞ்சன் பியாபாரி

உலக சினிமா பார்த்து, இலக்கிய விழாக்களில் கலந்து கொண்டு, தேசத்தில் வகுப்புவாதம் பரவுவதைக் கண்டு புலம்பி, இப்பொழுது தன் புத்தகத்தைக் கண்டுகொள்ளத் தொடங்கியிருக்கும் வங்காள உயர் ஜாதியினரை மனோரஞ்சன் பியாபாரி லேசான ஆச்சரியத்துடன் பார்க்கிறார். இவர்களேதான் கல்கத்தாவுக்கு வெளியே மரிச்ஜாப்பி தீவில் சோடோலோக் (வர்க்கம்-சாதி அற்றவர்கள்) கொல்லப்பட்டபோது வேறு திசையில் தங்கள் பார்வையைத் திருப்பிக்கொண்டார்கள் என்று பியாபாரி என்னிடம் சொல்கிறார்.

இருக்க இடம் தேடி தண்டகாரண்யத்திலிருந்து வந்து கல்கத்தாவிலும் அதன் புறநகர்ப் பகுதியிலும் பசியிலும் பிணியிலும் இறந்தபோது அமைதியாக இருந்தவர்கள்தான் இவர்கள்.

பியாபாரி வாழ்க்கையின் மோசமான பக்கத்தைப் பார்த்தவர். ரிக்சாகாரராக இருந்து பின்பு எழுத்தாளரானவர். வீடற்ற அகதியாக இருந்தபோது போலிஸ்காரரால் பாலியல் பலாத்காரம் செய்யப்பட்டவர். குண்டடிபட்டு உயிர்பிழைத்த ஒரு நக்சல். ஒரு சோட்டோலோக்காக பத்ரலோக்கின் கழிப்பறைகளையும் சுத்தம் செய்திருக்கிறார். அவரே பின்னர் புத்திஜீவிகள் மத்தியில் புகழ் பெற்ற புத்தகங்களையும் எழுதினார். தன்வரலாற்றுக் குறிப்புகளாலான *'Interrogating My Chandal Life - An Autobiography of a Dalit'* என்ற பியாபாரியின் சுயசரிதை புத்தகம் 2018இல் ஜெய்பூர் இலக்கிய விழாவில் கொண்டாடப்பட்டது.

ஆர்வலரும் எழுத்தாளருமான மகாஸ்வேதா தேவியை சந்திக்கும் வாய்ப்பு ஏற்பட்டிருக்காவிட்டால் அவர் இழுத்த சைக்கிள் ரிக்சாவின் பின் இருக்கைக்கு கீழேயே அவரது எழுத்துக்கள் புதைக்கப்பட்டிருக்கும். அவருடைய புத்தகங்களை வெளியிட மகாஸ்வேதா தேவி உதவினார். கொல்கத்தாவின் கலாச்சார பாதுகாவலர்களின் நாசூக்கான உலகில் எதிர்ப்பு இலக்கியத்திற்கான கதவுகளை அது திறந்தது. அவரது கவிதை ஒன்றில் இவ்வாறு எழுதுகிறார்:

என் பேனா பிராமணர்கள் முன்பு தலைவணங்காது

அல்லது மரிச்ஜாப்பி மரணத்தால் இன்னும் கைகள் ரத்தக்கறையுடன் இருப்பவர்களிடமிருந்து ஓய்வு கொள்ளாது

என் பேனா என்னுடையது

அம்பு போன்று கூர்மையானது அதன் இலக்கை அடையும் வரை அதை நிறுத்த முடியாது.

மரிச்ஜாப்பி படுகொலைகள் போன்ற ஒன்று மக்கள் நினைவில் உயிரோடு இருக்க பியாபாரி போன்றவர்களின் குரல்கள் உதவுகின்றன. அதிகாரத்தாலோ குயுக்தவாதத்தாலோ கையகப்படுத்த முடியாத குரல்கள். அந்த ஆண்டு ஜூன் இறுதியில் நான் அலபாமாவுக்குச் சென்றபோது அம்மாநில பல்கலைக்கழகத்தின் வரலாற்றுப் பேராசிரியர் ஹோவர்ட் ராபின்சன், வெகுஜன ஊடகமும், இலக்கியப் புனைவுகளும் கூட ஆப்பிரிக்க-அமெரிக்க மக்களுக்கு எதிரான குற்றங்களை பூசிமழுப்பும்பொழுது, எவ்வாறு அவர்களது போராட்டத்தை பல ஆண்டுகளாக வாய்வழி வரலாறு உயிர்ப்புடன் வைத்திருக்கிறது என்று என்னிடம் கூறுவார்.

'மரிச்ஜாப்பியில என் அப்பாவோட நெஞ்சுக்கூட்ட துப்பாக்கியோட முனையில போலிஸ்காரங்க உடைச்சப்போ இவங்க எங்க போனாங்க? என் அப்பா மக்கள் தலைவர் அல்ல; அவர் நேர்மையா வாழ விரும்பின ஒரு நேர்மையான மனிதர். மரிச்ஜாப்பியில் ஏற்பட்ட காயங்கள்லருந்து மீளமுடியாம நெஞ்சு வலியில இறந்தார்.'

பியாபாரியின் கண்கள் இருட்டில் மினுமினுக்கின்றன. தெற்கு கொல்கத்தாவின் சந்தோஷ்பூர் ஏரிக்கு அருகில் உள்ள சிவ்

மந்திர் பக்கத்திலுள்ள டீக்கடையில் கூடியிருக்கும் மாலைக் கூட்டம் இதுபோன்று அவர் பேசுவதை ஏற்கெனவே கேட்டதாகத் தெரிகிறது.

இத்திறந்தவெளிதான் பியாபாரியின் வசிப்பிடம். பலதரப்பட்ட மாணவர்கள், ஆராய்ச்சியாளர்கள், அரசாங்கப் பணியாளர்கள், பெயர் தெரியாத முகங்கள் - இவர்கள்தான் அவரைச் சூழ்ந்திருக்கும் வழக்கமான பார்வையாளர்கள். பியாபாரியின் புகழ் அவரது சமூக அக்கறையையும் பணிவையும் எதுவும் செய்ய முடியவில்லை. மரிச்ஜாப்பி பற்றிய ஒரு நேர்காணலுக்காக நான் அழைத்தபோது அவர் உடனடியாக ஒப்புக்கொண்டார். அவரது பயிலிடத்திற்கும் வழிகாட்டினார்.

மினிபஸ்கள் மற்றும் ஆட்டோ ரிக்சாக்களில் இருந்து வெளியேறும் புகையை உள்ளிழுத்து, ஆவி பறக்கும் எலுமிச்சை தேனீரை உறிஞ்சியவாறே பியாபாரி கூர்மையான வார்த்தைகளை கட்டவிழ்த்துவிடுகிறார்.

'சாதி வெறுப்புதான் மரிச்ஜாப்பி படுகொலைக்கு வழிவகுத்தது.'

'ஆனா கம்யூனிஸ்டுகள் எப்போதும் வர்க்கமற்ற, சாதியற்ற சமுதாயத்துக்குதானே போராடுறாங்க,' என்று பலவீனமாக இடையீடு செய்கிறேன்.

'அதெல்லாம் சுத்தப் பொய். உங்களுக்கு எதுவும் தெரியாது! கிழக்கு பாகிஸ்தான்ல இருந்து வரும் அகதிகளுக்காக வங்காளம்

முழுதும் இருந்த தற்காலிக அகதி முகாம்ல கூட சாதி பாகுபாடு இருந்தது. உயர் சாதிக்காரங்க நாமசூத்திரர்கள் இருந்த அதே முகாம்ல் தங்க விரும்பல. அவங்களுக்கு தனி முகாம் வேணும்னு கேட்டாங்க.

'பின்னாடி அகதிகள் வலுக்கட்டாயமா நிலத்த ஆக்கிரமிச்ச காலனிகள் இருந்தது. அப்படிப்பட்ட முதல் இடம் தெற்கு கல்கத்தாவுல இருக்குற பிஜோய்கர்தான். இராணுவத்தோட இருந்ததால மின்சாரமும் தண்ணீர் வசதியும் ஏற்கனவே இருந்தது. அது போக அங்க பேங்குங்க, தபால் ஆஃபீஸ், பல்கலைக்கழகம் ... எல்லாம் இருந்தது. நீங்க தங்கியிருக்குற ஜாதவ்பூர் பகுதியில இருபதுக்கு குறையாத காலனிக்கள அகதிங்களுக்காக உருவாக்க அனுமதிச்சாங்க. அங்க இருக்குற ஒரேயொரு சூத்திர குடும்பத்த காமிங்க. அப்புறம் பேசுங்க. அங்க எல்லாரும் உயர் சாதிங்கதான்.

'அப்போ முதல்வரா இருந்த பிதான் சந்திர ராயோட அரசு அவங்கள வெளியேத்தல. உண்மைல அவங்க அந்த மாதிரி நெறைய காலனிக்கள உருவாக்கதான் நெனச்சாங்க. ராய் தன்னோட வங்காளத்துல ஏழைங்களும் கீழ் சாதியுமான அகதிங்களுக்கான காலனிய அனுமதிக்க மாட்டேன்னு தெளிவா கூறிட்டாரு. உயர் சாதினா பிரச்சனையில்ல.

'கம்யூனிஸ்ட் அரசு என்ன செஞ்சது? இந்த சட்டவிரோத குடியேற்றக்காரர்கள அவங்க கேள்வி கேட்கல. மரிச்ஜாப்பில குடியேறினவங்களுக்கு மட்டும் தனி சட்டமா? ஏன் ரியல் எஸ்டேட் மதிப்பு இல்லாத, கல்கத்தாவுலருந்து தொலைவுல இருக்குற ஒரு நிலப்பகுதியில குடியேறினதுக்காக அவங்கள அடிச்சு பாலியல் பலாத்காரம் செஞ்சு கொன்னாங்க? குடியேறினவங்க பிராமணர்களா, காயஸ்தர்களா, பைதியர்களாக இருந்திருந்தா அவங்க மேல எந்த நடவடிக்கையும் இருந்திருக்காது.

'ஜோதி பாசுவுக்கு தனக்கு முன்னால தல வணங்கி நிக்காம இந்த சோட்டோலோக் தைரியமா கனவு கண்டத பொறுத்துக்க முடியல. மரிச்ஜாப்பில குடியேறினவங்க தங்களுக்கு எந்த அரசாங்க உதவியும் தேவையில்லனு தெளிவா

அறிவிச்சுட்டாங்க. அவங்க சுய-சார்பா இருந்து தங்களுக்கு சொந்தமான ஒரு நகரத்தையே உருவாக்கினாங்க.

'ஆனா இத கம்யூனிஸ்ட் அரசு எதிர்பார்க்கல. அவங்களோட ஒப்பந்தம்: "நாங்க உங்களுக்கு அரிசி தர்றோம், நீங்க எங்க தேர்தல் பேரணில கலந்துட்டு எங்களுக்கு ஓட்டு போடுங்க." இந்த மக்கள் சுதந்திரமா திறமையானவர்களா ஆகிட்டிருந்தது தொடர்ந்தா உணவுக்கும் உடைக்கும் அரசாங்கத்த சார்ந்து இருக்க மாட்டாங்களே.

'அப்புறம் ஏழைகளின் நண்பன் தாழ்த்தப்பட்டவர்களின் தலைவன் அப்படியெல்லாம் சொல்லிக்குற கம்யூனிஸ்டா இருக்க முடியாதே. ஏழைங்கள தடுத்து நிறுத்தாமவிட்டா போதும், அவங்களே அவங்கள காப்பாத்திக்கிட்டு முன்னேறறத உலகம் பாக்கும்.

'இதனால்தான் நெலம தங்களோட கட்டுப்பாட்ட மீறி போறதா ஜோதி பாபுவும் அவரோட குழுவும் நெனச்சாங்க. இதுல பெரிய முரண் என்னன்னா இதே மக்கள்தான் பாசுவை தங்களோட கடவுளா வழிபட்டாங்க. சிபிஐ (எம்)-அ கண்ண மூடிக்கிட்டு நம்பினாங்க. அந்த ராம் சாட்டர்ஜி கொடுத்த நம்பிக்கையினால அவங்க தண்டகாரண்யத்திலருந்து நடந்து அணிவகுத்து வந்தாங்க.

'சாட்டர்ஜி தண்டகாரண்யத்துக்குப் போய் அவங்கள வங்காளத்துக்கு வரச் சொன்னப்போ அவருக்கு பாசுவோட ஆதரவு இருக்கும்னு நம்பினாங்க. பாசுவுக்கு அவங்க அங்க வரதுல விருப்பமில்லைனு தெரிஞ்சிருந்தா இந்த சாட்டர்ஜியோட அழைப்ப மக்கள் ஏத்துக்கிட்டிருந்திருக்க மாட்டாங்க.'

ஆகையால் அவர் ஜோதி பாசுவை மரிச்ஜாப்பியின் வில்லனாகக் கருதுகிறாரா?

பியாபாரி நேராக என் கண்களில் பார்க்கிறார். 'ஜோதி பாசு ஒரு பன்னிப்பய. இந்தப் படுகொலையோட மூளையே அவன்தான். இத நான் பலமுறை சொல்லியிருக்கேன். எழுதியும் இருக்கேன்.

'என்ன பெத்தவங்க, கூடப்பொறந்தவங்க எல்லாரும் மரிச்ஜாப்பியிலதான் வாழ்ந்தாங்க. ஆனா நான் அந்த

தீவுல காலடி எடுத்து வைக்கல. அந்த நேரத்தில ஜாதவ்பூர் ஸ்டேஷன்ல ரிக்சா ஓட்டிட்டு எனக்கு நானே ஒரு வாழ்க்கைய உருவாக்கிக்க முயற்சி செஞ்சேன். அந்த இருண்ட காலத்த நெனவு வெச்சிருந்த எங்க அப்பா, ஊர்க்காரங்க, தெரிஞ்ச நண்பர்கள் கிட்டருந்து மரிச்ஜாப்பி கதைங்க எனக்கு தெரிஞ்சது.

'நான் அப்புறம் மரிச்ஜாப்பிக்குப் போக முயற்சி பண்ணேன். ஆனா அதுக்குள்ளவே போலிஸ்காரங்க தீவுல நுழைய தடபோட்டுட்டாங்க. அங்க நடந்த படுகொலை, பலாத்காரம், தீக்கொளுத்தினது எல்லாத்தையும் நான் நேர்ல பாக்கலையே தவிர படுகொலைங்க நடந்த உடனேயே என்னோட குடும்பத்துக்கிட்டருந்தும் சுந்தரவனத்துல இருந்தவங்க கிட்டருந்தும் எல்லாத்தையும் கேட்டேன்.

'சுந்தரவனத்துல இருக்குற புலிங்க எப்படி மனித கறி சாப்பிட தொடங்கிச்சுனு தெரியுமா? அவங்க கொன்னவங்கள்ல சிலரோட உடல்கள கல்லுல கட்டி ஆத்துல மூழ்கடிச்சிடுவாங்க. இன்னும் சில உடல்கள காட்டுல கொண்டுபோயி போட்டுடுவாங்க. புலிங்க மரிச்ஜாப்பில இறந்தவங்களோட சதைகள தின்னு தின்னு ருசி கண்டுடுச்சு. இந்த படுகொலை புலிங்கள மனித கறி திங்கறதா மாத்திச்சு, ஜோதி பாசுவ பன்னிப்பயலா மாத்தின மாதிரி!'

- ஜனவரி 2018, சந்தோஷ்பூர், கொல்கத்தா

பின்னுரை
வன்முறை பூமி மரிச்ஜாப்பி

'பந்தலா ஞாபகம் இருக்கா?' சுகுமார் தேப்நாத்தின் திடீர் கேள்வி என்னை தூக்கத்திலிருந்து உலுக்குகிறது. அது ஞாயிற்றுக்கிழமை காலை 7 மணி. அன்று ஒரு மணி நேரத்திற்கு முன்பே கண் விழித்து சுந்தரவனத்திற்குக் கிளம்பினேன். பான் பீபியின் ஆசீர்வாதத்துடன் அன்றைய நாள் முடிவதற்குள் மரிச்ஜாப்பி அடைய வேண்டும் என்பது திட்டம். என்னுடன் அறுபத்து நான்கு வயதான சுகுமார் தேப்நாத் ஓர் உண்மைக் கதையை வெளிக்கொணர வேண்டும் என்ற உந்துதலில் இளம் நிருபரின் ஆர்வத்துடன் பயணிக்கிறார். தேப்நாத் அச்சு, தொலைக்காட்சி, மற்றும் டிஜிட்டல் ஊடகங்களில் பல வருடங்களாக வங்காள அரசியல், மம்தா, மற்றும் மரிச்ஜாப்பி ஆகியவற்றைக் குறித்து செய்திகளை வழங்கியிருக்கிறார். சுந்தரவனத்தின் வரைபடம் அவரது மனதில் பதிந்துவிட்டதாகவே அவர் என்னிடம் கூறுகிறார். அவருக்கு மரிச்ஜாப்பி என்பது மீண்டும் மீண்டும் வரும் ஒரு துர்க்கனவு.

ஒரு மாதத்திற்கு முன்பு இருவருக்கும் பொதுவான ஒரு நண்பர் எங்களை அறிமுகப்படுத்தியபோது என்னுடன் தீவிற்கு வர உடனேயே ஒப்புக்கொண்டார்.

'ஆமா, எனக்கு பந்தலா ஞாபகம் இருக்கு,' என்று தேப்நாத்திடம் கூறுகிறேன். என் குட்டித் தூக்கம் கலைய, மனக்கண்ணில் வங்காளத்தின் கரைபடிந்த கடந்தகாலம் கடக்கிறது. பார்க் சர்க்கஸ் கனெக்டருடன் இணைந்து கட்டப்பட்ட மா மேம்பாலத்தை எங்கள் வண்டி கடந்து, நகரத்தின் எல்லைகளைத் தாண்டி 1990இல் பெரிய தலைப்புச் செய்தியாக விளங்கிய பகுதியை அடைகிறது. அந்த ஆண்டு மே 30 அன்று, மூன்று பெண் சுகாதார அதிகாரிகள் கோசாபாவில்

தடுப்பூசி முகாம் ஒன்றை முடித்துவிட்டு கல்கத்தாவுக்குத் திரும்பிக்கொண்டிருந்தார்கள். அந்தி வேளையில், நாங்கள் இப்போது இருக்கும் பந்தலாவை அவர்கள் அடைந்தபோது, அவர்களின் காரை ஓர் இளைஞர் குழு நிறுத்தியது. கார் டிரைவரைக் கொன்றுவிட்டு அப்பெண்களை அருகில் இருந்த வரப்பிற்குக்கொண்டு சென்று கூட்டு பலாத்காரம் செய்தார்கள். அவர்களில் ஒருவரான அனிதா திவான் என்ற யுனிசெஃப் அதிகாரி கொல்லப்பட்டார்.

பிற்பாடு அன்றைய இரவு கல்கத்தா தேசிய மருத்துவக் கல்லூரியின் அவசர சிகிச்சைப் பிரிவுக்கு காவல்துறையினர் அவர்களது நிர்வாண உடல்களை எடுத்துச் சென்றதை கல்கத்தா திகிலுடன் கவனித்தது. திவானை பரிசோதித்த மருத்துவர் அவரது யோனியில் ஒரு டார்ச் இருப்பதைக் கண்டு மயங்கி விழுந்ததாக செய்திகள் தெரிவித்தன.

யூனிசெஃப் நிதி ஒதுக்கீட்டை வங்காளத்தில் சிபிஎம் நடத்தும் உள்ளாட்சி அமைப்புகள் ஊழல் செய்ததை அம்பலப்படுத்துவதில் திவானின் பங்கு குறித்து சிலர் தனது சந்தேகத்தை வெளிப்படுத்தினார்கள். சிபிஎம் கட்சியை அம்பலப்படுத்தியதற்கு திவான் கொடுத்த விலை அது. இந்த சம்பவம் குறித்து முதல்வர் ஜோதி பாசுவின் கருத்தோ இன்னும் அதிர்ச்சிகரமானதாக இருந்தது: 'இது போலெல்லாம் நடப்பது சகஜம்தான்.'

இதுபோன்ற விஷயங்கள் கம்யூனிஸ்ட் முன்பு ஆட்சிசெய்த இம்மாநிலத்தில் மரிச்ஜாப்பி உட்பட பல இடங்களில் பலமுறை நடந்ததாக தேப்நாத் என்னிடம் கூறுகிறார். பாசு ஒரு ஸ்டாலினிஸ்ட். கருத்து வேறுபாட்டை அறவே சகித்துக்கொண்டவரில்லை. அரசை எதிர்ப்பவர்களுக்கு எதிரான போர் ஆயுதம் போல மரிச்ஜாப்பியிலும் பாலியல் வன்முறைகள் சர்வசாதாரணமாக நிகழ்ந்தன. மரிச்ஜாப்பி போன்ற சுற்றுச்சூழல் பாதுகாப்பு மண்டலத்தில் அவர்கள் மரங்களை வெட்டினார்கள் என்பது உண்மைதான், ஆனால் அந்த முட்டாள் தீவுவாசிகள் வெளிப்படையாக பாசுவை எதிர்ப்பதன்மூலம் மோசமான தவறை செய்தனர். அதற்கான விலையையும் அவர்கள் கொடுத்தார்கள்.'

மரிச்ஜாப்பி கதை தேசிய ஊடகங்களிலும் எல்லைகளைத் கடந்தும் தலைப்புச் செய்திகளாக ஆகியிருக்க வேண்டும். ஆனால் உள்ளூர் ஊடகங்கள் கூட அதற்குத் தேவையான கவனத்தைக் கொடுக்கவில்லை. ஏன்? தேப்நாத் என்னை மீண்டும் காலத்தைப் பின் நோக்கி அழைத்துச் செல்கிறார். அனந்தபஜார் பத்ரிகா என்ற மேற்கு வங்கத்தின் மிகச் சக்திவாய்ந்த செய்திக் குழுமம் சிபிஎம்-க்கு எதிராக எழுத முடிவு செய்தது. முடிவு? குழுவின் ஊழியர்கள் காவலர்களின் முன்னிலையிலேயே தங்கள் அலுவலகத்திற்கு வெளியே அடித்துத் துவைக்கப்பட்டனர். 'அடியும், அரசாங்க விளம்பரத்தைத் திரும்பப் பெறுவோம்ங்கற அச்சுறுத்தலும் எப்பவும் அவங்க நினைச்ச காரியத்தை சாதித்துக் கொடுத்தது.'

காற்று ஈரப்பதமாக மாறுவதையும் நிலப்பரப்பு மாறுவதையும் கவனிப்பதற்குள் ஏறத்தாழ மூன்று மணி நேரங்கள் கடந்துவிட்டன - ஓலைக் குடிசைகள் சிலவும் மண் குடிசைகள் பலவுமாக நிலப்பரப்பு மாற, குளங்கள் சிற்றாருகளுடன் சங்கமிக்கின்றன.

நாங்கள் சுந்தரவனத்தை அடைந்துவிட்டோம் என்று ஓட்டுனர் தெரிவிக்கிறார்.

மேற்குவங்கத்தில் உள்ள ஹூக்ளி நதி முதல் வங்காளதேசத்தின் மேக்னா வரை நீளும் தீவுகள் ஒரு மாயக்காட்சி. நிலம் எங்கு முடிவடைந்து நீர் எங்கு தொடங்குகிறது என்பதும், நதி கடலில் சங்கமிப்பதையும், புலிகள் நடமாடும் இடம் எது மனித வாழ்விடம் எது என்றும் யாராலும் யூகிக்க முடியாது.

மே மாத சூரியன் எங்கள் வேலையைக் கெடுக்கப் பார்க்கிறது. ஆனால் எங்கள் கழுத்தின் பின்புறம் சட்டைக் காலருக்குள் ஈரக்கைக்குட்டையை வைத்துக்கொண்டு நாங்கள் தமாகாளி படகுத்துறையில் இறங்குகிறோம். தமாகாளி, சோட்டோ காலாகாச்சியா மற்றும் ராம்பூர் என்ற இரண்டு ஆறுகளின் சங்கமத்தில் இருக்கும் படகுத்துறை.

தமாகாளியின் குறுக்கே, பித்யாதரி மற்றும் ரைமங்கல் ஆறுகளுக்கு இடையில், மரிச்ஜாப்பி என்ற சதுப்புநிலத் தீவு இருக்கிறது.

சுந்தரவனத்தில் மொத்தம் 104 தீவுகள், அதில் ஐம்பத்தி நான்கில் மனிதக் குடியிருப்புகள் இருக்கின்றன. இரவில் அலை மேலெழும்போது பல தீவுகள் நீரில் மூழ்கிவிடுகின்றன என்று தேப்நாத் என்னிடம் கூறுகிறார்.

'தயாராகுங்க,' என்று புன்னகையுடன் என்னை எச்சரிக்கிறார். 'இனி வரும் பாதை கரடு முரடா இருக்கும். மரிச்ஜாப்பி செல்ல இன்னும் மூனு ஆற்றையும் நாலு கிராமத்தையும் கடக்கனும். ஓய்வெடுக்க நேரமில்ல.'

சர்வைவர்ஸ்-இன் இந்திய பதிப்பு எப்போதாவது வெளியிடப்பட்டால், எங்களின் அடுத்த நான்கு மணிநேரங்கள் அதில் இடம்பெறத் தகுதியானவை. அல்லது ஒருவேளை எனக்கு இந்த மாதிரி பயணங்களுக்கு மிகவும் வயதாகியிருக்கக்கூடும். ஆனால் தமாகாளி தொடரிலிருந்து நாங்கள் போட்போடியில் (டீசல் மோட்டார் பொருத்தப்பட்ட படகு தொடர்ந்து போட்-போட் என்ற ஒலியை எழுப்புவதால் அப்பெயர்) போரோ துஷ்காலி கிராமத்திற்குச் சென்று அங்கிருந்து லேடனில் (இயந்திர ரிக்சாவில் யமஹா பைக்கின் முன்புறம் நான்கு சக்கர வண்டியுடன் இணைக்கப்பட்டு ஆறேழு பயணிகளை ஏற்றிச் செலலும் வாகனம்) பூட்னிகாலி கிராமத்திற்குச் சென்றோம். 'ஏன் இதுக்கு லேடன்னு பேரு?' கச்சா கிராமத்துச் சாலையில் இருந்த குண்டு குழிகளில் சென்றவாறு ஓட்டுனரிடம் கேட்கிறேன்.

அவர் திரும்பிப் என்னைப்பார்த்து பல் தெரிய சிரிக்கிறார்: 'பயங்கரவாதி ஒசாமாவின் பேரதான் இதுக்கு வெச்சிருக்கோம். அவரமாதிரியே இதுவும் எந்த இடத்துக்கும் பயங்கரமா பாஞ்சுபோகும்.'

ஆம்தோலிக்குச் செல்ல இன்னொரு லேடன் எடுக்கவேண்டும் என்பதால் நாங்கள் பூட்னிகாலியில் இறங்குகிறோம். லேடன் நிறுத்தத்திற்கு நடந்து சென்று ஆம்தோலிக்குச் சென்று அங்கிருந்த போட்போடியில் புயின்ஜாலி கரையைக் கடக்கிறோம். பிற்பகல் சூரியன் எங்களை சுட்டெரிக்க வியர்வை கொட்டி எங்கள் சட்ட ஈரத்துண்டுகள்போல் நனைந்து, தொண்டை வறண்டு கண்கள் கூசுகின்றன. நாங்கள் மறுபுறம் கரையிறங்கும் போது குமீர்மரிக்கு வந்துவிட்டோம்

என்று தேப்நாத் என்னிடம் கூறுகிறார். 'எல்லாத்தையும் பாத்த ஊரு. அடுத்து வர ஊருதான் மரிச்ஜாப்பி. ஆனா அதுக்கு இன்னோரு ஆத்த கடக்கனும்.'

தனது கையில் ஒரு பெரிய திரிசூலத்தைப் பச்சைக் குத்தியிருக்கும் ராஜிப் சர்கார் குமீர்மரியின் மறுபுற எல்லையில் இருக்கும் நதிக்கு எங்களை அழைத்துச் செல்ல ஒப்புக்கொள்கிறார். அங்கிருந்து நாங்கள் மரிச்ஜாப்பிக்குப் படகில் செல்ல வேண்டும். 'மரிச்ஜாப்பிய பாக்கனுமா? அரசாங்கத்தோட புலிகள் காப்பகத்துறை அலுவலகத்த தவிர வேறு எதுவும் அங்க இல்ல. தீவோட மற்ற பகுதிகள் புலிங்களுக்கான பாதுகாப்பு மண்டலம்.' சர்கார் இருபதுகளில் இருக்கும் ஓர் இளைஞன். நாங்கள் அவனிடம் மரிச்ஜாப்பி தீவில் சில நிமிடங்களுக்காவது எங்கள் பாதங்களைப் பதிக்க வேண்டும் என்று சொல்கிறோம். தன் தலையை சொறிந்தவாறு, எதற்கு இவர்கள் சுட்டெரிக்கும் கோடையில் இப்படியொரு வித்தியாசமான கோரிக்கையை விடுக்கிறார்கள் என்று யோசித்தவாறே தனது லேடனை இயக்குகிறார், 'வாங்க போலாம்.'

அடுத்த அரைமணி நேரம் எலும்பு கலகலக்க லேடன் சவாரி செய்த பிறகு நாங்கள் குமீர்மரி கரையை அடைகிறோம். 'அதான் மரிச்ஜாப்பி.' ஆற்றின் மறுகரையில் உள்ள சிறிய மரங்கள் கொண்ட காட்டை சர்கார் சுட்டிக்காட்டுகிறான்.

மனாவின் மரிச்ஜாப்பி. மனோரஞ்சனின் மரிச்ஜாப்பி. என்னுடையதும். நான் குழந்தையாக இருந்தபோது என்னிடம் கொண்டு வரப்பட்ட தீவு. இத்தனை ஆண்டுகளில் பல முறை பல குரல்களால் மீண்டும் மீண்டும் கொண்டுவரப்பட்ட தீவு. இறுதியில் மரிச்ஜாப்பி இதோ என் கண் முன்னால்.

சர்காரின் லேடனில் இருந்து இறங்கி, என் தலைக்கு மேலே சுட்டெரிக்கும் சூரியனும் காலிற்குக் கீழ ஆபத்தான பலகைகளும் இருப்பதை மறந்து மரத்தடுப்பில் கட்டப்பட்டிருந்த படகுகள் இருந்த துறையை நோக்கி நடக்கிறேன். என் வறண்ட தொண்டையை சிறிது நனைத்துக்கொள்ள தண்ணீர் பாட்டிலை நீட்டிய தேப்நாத்தைப் புறக்கணிக்கிறேன். எதற்காகவும் யாருக்காகவும் காத்திருக்காத காலத்தைப் போல என் முன்னால் நிற்காமல் ஓடிக்கொண்டிருக்கும் ஆற்றை

கவனிக்கத் தவறுகிறேன். ஆற்றின் மறுகரையில் என் கண் முன்னால் காலம் மாறுகிறது. ஆயிரக்கணக்கான பெண்களும் ஆண்களும் சிறு குழந்தைகளுடனும் பொதி மூட்டைகளுடனும் நின்றுகொண்டிருக்கிறார்கள். சிறு சிறு குழுக்களாகப் பிரிந்து மரங்களை வெட்டி, காடுகளைக் களைந்து, குடிசைகளை எழுப்புகிறார்கள். வியர்வையும் கண்ணீரும் புன்னகையுமாக அவர்கள் இயங்குகிறார்கள். யாரோ ஒருவர் நம்பிக்கையின் விதையை தன் பாடலில் தூவுகிறார்...

'தீப்!'

தேப்நாத் என்னை கீழே இறங்கும்படி இடிக்கிறார். படகில் ஏறி ஆற்றைக் கடந்து மரிச்ஜாப்பியை அடைந்தது எவற்றையும் நான் கவனிக்கவில்லை. திரும்பிவரும்வரை படகோட்டி எங்களுக்காகக் காத்திருப்பதாகக் கூற தேப்நாத்தும் சர்காரும் படகிலிருந்து நான் இறங்க உதவுகிறார்கள்.

அகதிகள் குடியேறியது தீவின் இந்தப் பகுதியில்தான் என்பதைத் தவிர நாங்கள் கேட்கும் எதற்கும் பதில் தெரியாத ஓர் எடுபிடி பையனைத் தவிர புலிகள் காப்பகத் துறை அலுவலகத்தில் வேறு யாரும் இல்லை. இங்கு நடந்த அனைத்திற்கும் சாட்சியாக எங்கள் முன்னால் இருந்த பான் பீபி கோவிலை அவனும் சுட்டிக்காட்டுகிறான்.

மரிச்ஜாப்பி என்பது சிறிய மரங்களைக்கொண்ட காடு. மரம் வெட்டுபவர்களைத் தவிர்ப்பதற்காக அமைக்கப்பட்டிருக்கும் வேலி, மற்றும் புலிகள் காப்பக அலுவலகம் தவிர இங்கு பார்ப்பதற்கு வேறெதுவும் இல்லை என்பதால் நாங்கள் படகில் மீண்டும் குமீர்மரிக்குச் செல்கிறோம். தேப்நாத் ஒரு வழிப்போக்கனிடம் 1978-79-ஐ நினைவில் வைத்திருக்கும் யாராவது இங்கு இருக்கிறார்களா என்று கேட்க என் மனம் ஒரு போர்க்களமாய் மாறுகிறது.

குமீர்மரி மற்றும் அதன் அண்டை கிராமங்களின் ஏழைக் குழந்தைகளுக்கான ஆசிரமமான பருய்பூர் சீதகுண்டு சினேஹகுஞ்சா இருக்கும் திசை நோக்கி வழிகாட்டப்படுகிறது. ஞாயிற்றுக்கிழமை என்பதால் குழந்தைகள் யாரும் இல்லை, ஆனால் ஆசிரமத்தில் உள்ள அறுபத்தாறு வயது ஆசிரியரான தீனபந்து பிஸ்வாஸ் கைகளைக் கூப்பி எங்களை வரவேற்று

ஒரு கொட்டகைக்கு அழைத்துச் செல்கிறார். மரிச்ஜாப்பியில் நடந்தது அவருக்கும் நினைவிருக்கிறது. 'நள்ளிரவில் குடிசைகளுக்குத் தீ வைக்கறதப் பாத்தோம். தீவு முழுவதுக்கும் யாரோ தீயிட்டது மாதிரி அது இருந்துச்சு. நாலாபக்கமும் அலறல்கள் கேட்டுச்சு, எங்க சகோதர சகோதரிகள் படுகொலை செய்யப்படுவதை கையாலாகாதவர்களா பாக்க மட்டுமே எங்களால முடிந்தது.

அவர் மரிச்ஜாப்பியில் குடியேறியவர்களுடன் தொடர்பு கொண்டிருந்தாரா?

'ஆம்.' பிஸ்வாஸின் கண்களில் நீர் பெருகுகிறது. 'ஆமாம், நாங்க தொடர்பிலிருந்தோம். குமீர்மரி வணிகர்கள் அவங்க பொருட்களை விற்க மரிச்ஜாப்பிக்கு படகுகள்ல போவாங்க. அகதிகள் நதியில அப்பத்தான் புதுசா பிடிச்சத எடுத்துட்டு இந்தப் பக்கம் விக்க வருவாங்க. அவங்கள்ல நல்லா மீன் பிடிக்கிறவங்க, திறமையான வேலை பாக்குறவங்க இருந்தாங்க. அதுமட்டுமில்லாம நிறைய பேர் படிச்சிருந்தாங்க. சதீஷ் மண்டலும் இன்னொரு கோல்தார் தோழரும் மிகச் சிறந்த தலைவர்கள். இவ்வளவு குறுகிய காலத்துல தீவோட ஒரு பகுதிய ஒரு சிறு நகரமா அவங்க மாத்தினத நம்பவே முடியல. ஏதோ ஒன்னு அவங்களுக்குள்ள பூந்துட்ட மாதிரி வேல பாத்தாங்க. மரிச்ஜாப்பில அவங்கள மட்டும் இருக்க அனுமதிச்சிருந்தா இன்னிக்கு அது மிகச் சிறப்பா முன்னேறிய ஒரு தீவா இருந்திருக்கும்.'

'காவல்துறையோட கொடுமைகள் அவங்க சொல்ற மாதிரி மோசமா இருந்ததா?' என்று கேட்கிறேன்.

பிஸ்வாஸின் முகத்தில் கண்ணீர் தாரை தாரையாக வழிகிறது. அதைத் துடைக்கக்கூட அவர் நினைக்கவில்லை. 'தீவுவாசிங்கள கைதிகள் மாதிரி பிடிச்சு இழுத்துட்டுப் போயி தலையப் பாத்து சுட்டு சாக்குல போட்டு பிணங்கள் மிதக்காதபடி கல்லு கட்டி நதியில ஆழமா வீசினாங்க. மக்கள வலுக்கட்டாயமா வெளியேத்துன சமயத்துல குமீர்மரிய சேந்த மினி முண்டா தன்னோட வீட்டுல மரிச்ஜாப்பிய சேந்த ஒரு குடும்பத்துக்கு அடைக்கலம் தந்தாங்க. அத தெரிஞ்சுகிட்ட போலிஸ் அவங்க வீட்டு கதவு எட்டி உதச்சு உடச்சு குடும்பத்துல இருந்த

எல்லாரையும் தூக்கிட்டுப் போயி முண்டாவோட தலையில சுட்டு கொன்னாங்க. அவங்க குமீர்மரியை சேர்ந்தவங்களா இருந்தாலும் அவங்களும் மரிச்ஜாப்பி தியாகிதான்.'

எண்பத்தைந்து வயதான நாராயண் பானர்ஜி தனது எழுபத்திரண்டு வயது மனைவி ஆஷாலதாவுடன் சாக்கடைக்கருகில் வாழ்ந்து வருகிறார். பிஸ்வாஸ் எங்களை அவர்களின் மண் குடிசைக்கு அழைத்துச் சென்றார். அவர்களின் பேரக்குழந்தைகள் அங்கு இடத்திற்காக முட்டிமோதிக்கொண்டிருக்கிறார்கள். அவரும் அவரது மனைவியும் மனா முகாமிலிருந்து மரிச்ஜாப்பிக்கு நீண்ட நடை பயணம் மேற்கொண்டவர்களில் இருவர். அவர்கள் மரிச்ஜாப்பியைவிட்டு ஒருபோதும் வெளியேறவில்லை.

'எனக்கு டைபாய்டு இருந்ததால சிகிச்சைக்கு குமீர்மரிக்கு வந்திருந்தேன். மரிச்ஜாப்பில எங்களோட அக்கம் பக்கத்து வீட்டுக்காரங்கள வெளியேத்தினபோது நானும் ஆஷாவும் அவங்களுக்குக் கீழதான் இருந்தோம். ஆனா அவங்களுக்கு எதுவும் தெரியல.'

ஆனால் கடைசி சில நாட்களில் அங்கு என்ன நடந்தது என்பது அவருக்குத் தெரிந்திருக்குமா?

கடந்த கால நினைவுகளில் பயணித்து கலகலத்துப்போன இந்த வயதான மனிதர் வாயை அகல அகலமாகத் திறந்து சுவாசிக்கிறார். பயந்துபோய் நான் அவர் கைகளைப் பிடித்துக் கொண்டேன். 'உங்களுக்கு ஒன்னும் ஆகலையே?'

'பாபா, என்ன கடந்த காலத்த திரும்ப நெனைக்க வெக்காதீங்க. ரொம்ப வேதனையா இருக்கு. ரொம்ப வேதனையா இருக்கு.'

மரிச்ஜாப்பிக்கு பதில்களைத் தேடி மேற்கொண்ட பயனற்ற என் பயணத்தை பானர்ஜி நினைவூட்டுகிறார். ஏன், எப்படி, எப்போது என்ற கேள்விகள் ஏற்கனவே தீவிலிருந்து வெளியேற்றப்பட்டவர்களுக்கு குண்டடிப்பட்ட காயங்களாக இன்னும் ஆறாமல் இருக்கின்றன. தீவு 'சுத்தம்' செய்யப்பட்டு நாற்பது ஆண்டுகள் கடந்துவிட்டன. அவர்களின் கடந்தகால நினைவுகளை நான் மீண்டும் கலைத்துப்பார்ப்பதன் மூலம் யாருக்கு என்ன நன்மை ஏற்படக்கூடும்? ஆயினும்,

அதிகாரத்தின் கண்களை துணிந்து நேருக்கு நேர் பார்த்து அதற்கு விலையும் கொடுத்த ஆயிரக்கணக்கான பெண்களும் ஆண்களும் மேற்கொண்ட ஒரு லட்சிய பயணத்தை ஆவணப்படுத்தும் வழிகளில் ஒன்றாக இதுதான் இருக்கிறது. அகதிகள் நெருக்கடியில் தேசங்கள் சிக்குண்டிருக்கையில் மரிச்ஜாப்பியின் கதை வரலாற்றின் குப்பைத்தொட்டியில் இருந்து மீட்கப்பட வேண்டும்.

சூரியன் ஆற்றில் மூழ்கிக் கொண்டிருக்கிறது. நாங்கள் பானர்ஜிக்களிடம் விடைபெறுகிறோம். இயல்பு நிலைக்கு மீள்வதற்கான நீண்ட பயணம் இது.

- மார்ச் 2018, மரிச்ஜாப்பி

குறிப்பு நூல் பட்டியல்:

Byapari, Manoranjan, *Interrogating My Chandal Life: An Autobiography of a Dalit* (translated from the Bengali by Sipra Mukherjee), New Delhi: Sage Publications, 2017

Chowdhury, Shibnath, *Marichjhapir Kanna*, Kolkata: Srijani Prakashak, 2004

Ghosh, Amitav, *The Hungry Tide,* New Delhi: HarperCollins Publishers, 2004

Halder, Dilip, *Atrocities on Dalits since the Partition of Bengal,* New Delhi: Mittal Publications, 2008

Pal, Madhumoy (edited by), *Marichjhapi: Chinna Desh,* Chinna Etihas, Kolkata: Gangchil Pub

Basu Roy Chaudhury, Anusuya and Dey, Ishita 'Citizens, Non-Citizens and in the Camps Lives', *Mahanirban Calcutta Research Group*, March 2009

Dey, Ishita, 'On the Margins of Citizenship: Cooper's Camp in Nadia', refugeewatchonline.blogspot. com, 24 November 2004

Jalais, Annu, 'Dwelling on Morichjhanpi: When Tigers Became "Citizens", Refugees "Tiger-Food"', *Economic and Political Weekly,* 23 April 2005

Mallick, Ross, 'Refugee Rehabilitation in Forest Reserves: West Bengal Policy Reversal and the Marichjhapi Massacre', *The Journal of Asia Studies,* Vol. 58, No. 1, February 1999

Mazumdar, Jaideep, 'The Forgotten Story of Marichjhapi Massacre by Marxists', swarajyamag. com, 30 January 2017